KB271397

마이반펀 서사시

재처리 시대
THỜI TÁI CHẾ

원작 : 마이반펀
Tác giả : Mai Văn Phấn

번역 : 안경환
Dịch giả : Ahn, Kyong-hwan

마이반펀

Mai Văn Phấn

차례

제1장 : 관점

나는 상상 속에서, 아이가 더 이상 보이지 않을 때까지
아이의 몸을 깨끗하게 씻겨 주었습니다.

ĐIỂM NHÌN

Vừa cử động tôi đã chạm vào thế giới của các vị. Xin đừng vội trách tôi hỗn xược, vô tâm! Vẫn biết ai đó trong các vị chưa kịp siêu thoát, hay còn đang dò dẫm phương nào. Hoặc tất cả vẫn nguyên ở đó? Tôi bước lên, hít thở. Máu từ khóe miệng tôi xuống đất mẹ ròng ròng.

*

Tôi lớn lên trong lẫn lộn đúng sai, tỉnh táo và lú lẫn, tìm đường và lạc lối, u mê và khát vọng, hiện đại và tiểu nông, quảng đại và cò con, tổng thể và đơn chiếc, cao thượng và thấp hèn, văn minh và lạc hậu⋯ Một sớm mai gặp con cá bơi ngược dòng, một vì sao chờ đợi ban mai không nhắm mắt. Tôi bồn chồn đến lớp, ngồi bên những bạn học, phần đông trong số họ khi ấy đã chết. Nghe thầy giáo say sưa giảng bài. Thầy giơ ngón tay

관점

　제가 움직이자 여러분의 세계를 접하게 되었습니다. 제발 오만하다 무정하다는 비난을 성급히 하지 말아 주세요! 여러분들 중에도 누군가는 아직 초탈하지 못하고, 어디선가 헤매고 있는 줄을 알고 있으니까요. 혹 모두가 거기에 아직 머무르고 있지는 않나요? 나는 그 위에 올라와, 숨을 쉬고 있어요. 내 입언저리에서 흘러내린 피가 어머니 대지를 적십니다.

*

　나는 옳고 그름, 각성과 착란, 길을 찾기도 길을 잃기도, 어리석기도 하고 뭔가를 갈망하기도 했고, 현대적이면서 가난한 소농(小農)으로, 관대하기도 하고 옹졸하기도 하고, 총체적이면서 단편적이고도 하고, 고상하면서 치졸하기도 하고, 문명화되었으면서도 동시에 낙후함이 뒤범벅이 된 속에서 성장하였습니다. 어느 이른 아침에 물살을 거스르며 헤엄치는 물고기 한 마리, 눈 하나 깜박이지 않고 동트기만 기다리는 별 한 개를 목격하게 되었습니다. 나는 초조한 마음으로 교실로 들어가 급우들

ra hiệu cho cả lớp mở từng trang vở. Thầy nhìn từng người hồi lâu rồi đến bên tôi nói như ra lệnh, nếu hiểu bài phải biết kìm nén cảm xúc.

*

Thầy giáo cho cả lớp xem nhiều mô hình, những cuộc chiến tranh, từng đợt di dân, thanh trừng, cải cách··· Xương người chất thành núi, mở đường, dựng ngôi nhà nghỉ tạm; làm tường thành ngăn chặn mũi tên tẩm độc từ phía ngoại bang. Những dòng sông máu và nước mắt được mô phỏng bằng sáp nến. Thầy giáo bật que diêm cho những mô hình nhanh chóng bén lửa. Lần đầu tiên chúng tôi chứng kiến linh hồn và tư tưởng có mùi khét, ám khói mù mịt. Lúc ấy tôi càng khát khao biển và trời của tôi bất tận, một dải đất rộng bền vững hòa bình. Ngậm một bụm khói đen quánh đặc tôi trốn khỏi lớp học.

*

Tôi nhẫn nại bóc lớp muội đen đang phủ kín lối đi,

옆에 앉았는데, 그들 대부분은 당시에 죽고 말았습니다. 선생님의 열정적인 강의를 들었습니다. 선생님은 손짓으로 우리들에게 공책을 넘기라고 말했었습니다. 우리를 한참 동안 응시하더니 내 옆에 오셔서 명령하듯 말씀하셨지요. 강의를 이해했다면, 자신의 감정을 다스릴 줄을 알아야 한다고요.

*

선생님은 모든 학생들에게 여러 가지 모형을 보여주셨지요. 전쟁, 피난민, 숙청, 개혁… 뼈가 쌓여 산을 이루고, 도로를 닦고, 임시 거처를 세우고; 적들로부터 날아오는 독화살을 막으려 성벽을 쌓았습니다. 피와 눈물의 강은 양초 왁스로 모방하였습니다. 선생님은 성냥을 그어 여러 모형들에 불을 질렀습니다.

우리는 난생 처음 영혼과 사상이 불에 타서 냄새가 진동하고 엄청난 연기를 뿜어내는 것을 목격하게 되었습니다. 순간, 끝없는 하늘과 바다, 광활한 땅에 평화가 넘치기를 갈망하였습니다. 시커먼 연기를 가득 입에 가득 머금고 교실을 빠져 나오고 말았습니다.

*

나는 인내심을 가지고 출구, 잔디, 다리, 이정표를 덮고 있는

bọc kín những vệ cỏ, cây cầu, cột mốc. Vớt sạch cả lớp váng đen vừa đông cứng trên mặt nước, thu lại những giải băng đen, biển hiệu đen, con diều đen còn mắc kẹt giữa không trung. Tôi đến bên một em nhỏ thì thầm như van vái: Hãy để anh bóc lớp vỏ thâm đen đang bao bọc áo quần, trên trán em kia! Em bé ném về phía tôi ánh mắt giận dữ như nhìn một con thú dữ, rồi thinh lặng bước đi. Tôi lặng lẽ theo sau em vờ như chưa từng gặp gỡ, rồi âu yếm bóc lớp muội đen trên thân thể em bằng đôi mắt mệt mỏi của tôi. Tưởng tượng lau chùi da thịt em cho đến khi bóng em mất hút.

*

Mỗi sáng tôi thức dậy trong mạng lưới thông tin dầy đặc, ngỡ bị mắc vào mớ bòng bong, ổ con nhện khổng lồ. Có ngày quanh quẩn với tin tức quên cả ăn sáng. Tôi hình dung vùng đất này đang lồng như ngựa vía. Bụi tung mù mịt khắp nơi, không nhận ra đâu là bãi hoang, đâu là lối ngõ. Tôi tỉnh hay mê và đang ngồi ở đâu? Rồi lại nghĩ dớ dẩn không biết mảnh đất có bao nhiêu chân? Chẳng lẽ đất quê hương chỉ là ngọn đồi, tảng đá, vườn tược, bờ bãi, kênh rạch. Hay mắm muối, tro than,

그을음을 벗겨 내었습니다. 물위에 엉킨 검댕이를 걷어 내고, 검은 완장, 검은 간판과 공중에 나는 검은 연(鳶)을 깨끗하게 거두었습니다. 우연히 만난 아이에게 애절하게 간청했습니다. 너의 옷을 뒤덮고 있는 검댕이를 벗기게 해 달라고. 너의 앞이마에 있는 검댕이 자국을 지우게 해 달라고! 그 아이는 나를 마치 야수(野獸)를 대하듯 화난 표정을 짓고는 조용히 자리를 떠났습니다. 나는 그 뒤를 조용히 따라갔습니다. 마치 전에 만난 적이 없었다는 듯이. 그리고 나의 피곤한 두 눈으로, 그의 몸에 붙은 그을음을 사랑스럽게 닦아내 주었습니다. 나는 상상 속에서, 아이가 더 이상 보이지 않을 때까지 아이의 몸을 깨끗하게 씻겨 주었습니다.

*

매일 아침 거대한 거미집에 걸려 옴짝달싹 못하는 기분을 느끼며 정보의 그물 속에서 눈을 뜹니다. 어느 날은 뉴스에 빠져 아침 식사를 잊어버린 적도 있었습니다. 땅이 놀란 말처럼 용솟음치는 것 같았습니다. 곳곳에 먼지가 일어 어디가 황무지고, 어디가 길인지 알 수가 없었습니다. 꿈인가 생시인가? 그리고 내가 지금 어디 있는 것인지? 또한 대지에는 다리(足)가 몇 개나 있을까? 하는 엉뚱한 생각도 해보았습니다. 정말로 내 고향에는 바위와 언덕, 정원, 해변, 개천뿐일까? 아니면 영원히 가만히 있는 젓갈, 석탄재, 짚단 일뿐일까? 비록 멍청이들이 질질 끌고 갔

rơm rạ nằm ì. Có lúc ngỡ đất không có chân, mặc cho bọn ngu dốt lôi đi. Giờ đây chúng đã bất lực, vừa la ó vừa vấy bẩn lên mặt đất.

*

Ba người trong quán nước cùng im lặng, nhìn thật lâu một cái lỗ ẩm mốc cuối chân tường. Một con tò vò chui ra, cất cánh. Người thứ nhất từng là tù nhân nhiều lần tìm cách vượt ngục không thành. Người thứ hai tự thay đổi cuộc đời sau lần đánh tráo bài thi. Người thứ ba có thể tự chữa lành vết thương khi biết tất cả sự thật. Họ tiếp tục lặng im uống nốt chén nước, theo đuổi từng ý nghĩ lộn xộn. Người này tưởng tượng người kia đang cố chui qua cái tổ tò vò.

*

Miếng thịt sống được cạo da, rửa sạch. Người đầu bếp cố thái cho vuông vắn, nhưng đa phần chẳng ra hình dáng gì. Chúng được ngâm tẩm gia vị, quyện lấy nhau bằng hành khô, tỏi, tiêu, đường, ớt, nước mắm, kẹo đắng. Một đống bầy nhầy reo trong lửa. Co lại. Vật vã. Nổ lốp bốp. Chúng cùng chung giấc mơ được tái

을지라도, 이 땅에는 발이 없는 것인가 하고 자문해 본 적도 있습니다. 이제 그 멍청이들은 무능해졌고, 소리를 지르면서 대지만 더럽힐 뿐입니다.

*

　카페에 있는 세 사람은 침묵했습니다. 벽 밑자락에 뚫린 곰팡이 냄새나는 구멍을 응시하면서. 말벌이 기어 나와 날아갔습니다. 탈출을 수없이 기도했던 첫 번째 죄수는 성공하지 못했습니다. 두 번째 죄수는 시험지를 바꿔치기해서 자신의 인생을 바꾸었습니다. 세 번째 죄수는 모든 상황을 잘 파악하고 스스로 상처를 잘 치료했으리라. 그들은 계속되는 침묵 속에 물잔을 마시면서 각자의 뒤섞인 잡념에 잠겨 있었습니다. 이 사람은 저 사람이 말벌 구멍으로 힘겹게 기어 들어가고 있다고 상상하고 있었습니다.

*

　생고기 한 덩어리가 껍질이 깨끗이 손질되고 씻겨졌습니다. 주방장이 네모나게 정갈하게 썰었지만, 모두가 모양이 제대로 나오지 않았습니다. 저며진 고기가 양념에 재워지고, 마른 양파, 마늘, 설탕, 고추, 느억맘(생선액젓), 캐러멜이 뿌려졌습니다. 질척한 고기가 불에 지글지글 구워졌습니다. 쪼그라들고, 뒤틀리고. 짝짝거리는 소리를 냈습니다. 각기 다른 사체에서 나온 고기

sinh trong thân xác khác, nhưng hiện thời phải gắng sức chảy mỡ, co rúm, nát nhừ. Đợi chui qua những cái miệng hôi hám, tham lam.

*

Những linh hồn chiếm lĩnh cảnh quan, mang tên đồ vật. Đây linh hồn xà phòng, thùng rác, băng vệ sinh, sách bút, quạt máy, khăn tắm, mâm bát, mồi nhậu, xoong nồi··· Kia linh hồn nhà hộ sinh. Linh hồn Ủy ban hành chính xã. Linh hồn trường học. Linh hồn viện bảo tàng. Linh hồn tòa án. Linh hồn sở thú. Linh hồn công sở. Linh hồn bán công sở. Linh hồn nhà nghỉ. Linh hồn Hội Nuôi ong. Linh hồn trại giống. Linh hồn doanh trại··· Đi đâu tôi cũng gặp người mang vũ khí chặn lại tra hỏi giấy tờ. Tôi lục túi, bới tung cả mớ những giấy phép hết hạn. Tôi hóc khóa, cùng đường. Bị cấm phát ngôn. Chạm miệng vực. Rơi không người đỡ··· Bế tắc quá nên tôi tỉnh dậy. Ngoài kia đang mưa, có hơi nước mát bay vào cửa sổ. Tôi nằm xuống đợi giấc mơ khác.

조각들은 같은 환생의 꿈을 꾸었건만, 당면한 열기로 기름이 녹아 빠져나가고, 오그라들고, 산산이 부서져 버렸습니다. 냄새 고약한 게걸스러운 입속으로 들어가기를 기다리면서.

*

영혼이 경관(景觀)을 점령하고 사물에 이름을 붙입니다. 이것은 비누, 쓰레기통, 생리대, 사무용품, 선풍기, 팬과 냄비, 수건, 쟁반과 그릇, 술안주… 영혼들이다. 저것은 조산원(助産院) 영혼. 면사무소 영혼. 학교 영혼. 박물관 영혼. 법원 영혼. 동물원 영혼. 관공서 영혼. 반관공서 영혼. 여관 영혼. 양봉협회 영혼. 종묘장 영혼. 군부대 영혼… 나는 어디를 가든지 허가증을 요구하는 무장한 사람들에 의해 제지를 당했습니다. 주머니를 찾아 기간 만료된 서류뭉치들만 뒤적거렸습니다. 나는 갇혔고, 막다른 골목이었습니다. 말을 못하게 금지 당했습니다. 벼랑 끝에 몰린 것입니다. 나는 넘어져도 아무도 나를 잡지 않는다는 것을 알았습니다. 극심한 난관이었기에 나는 정신을 차렸습니다. 밖에는 비가 내리고, 차가운 안개가 열린 창문으로 들이칩니다. 나는 누워서 또 다른 꿈을 기다립니다.

제2장 : 진홍색

피의 파도는 피를 부르지만,
서로는 볼 수도 없이 피투성이가 되어 사라지고 맙니다.

THẮM ĐỎ

Ngọn đèn ngủ héo rũ đánh thức dòng sông máu. Máu hòa máu, tanh nồng, nhễu dài. Một ám ảnh đỏ.

*

Như có ai vừa thắt sợi dây thừng vào cổ tôi lôi đi trong hành lang hẹp. U ám và ẩm mốc. Tôi ngửa cổ, tắc nghẽn yết hầu. Chốc chốc thân xác tôi vấp phải chiếc đinh hay mảnh thủy tinh vương trên mặt đất. Tôi bị cào rách, đau rát, tóe máu. Máu làm thân thể tôi trơn nhẫy trượt nhanh hơn. Tôi tựa con lươn con trạch trườn trên mặt bùn nhão. Tôi bị ném vào đống xác súc vật đã bị vặt trụi lông, cắt tiết. Sợi dây thừng quanh cổ tôi nhanh chóng được cởi ra để lôi tiếp những thân xác khác phía sau. Nhìn tốp lính gác bắt đầu thay ca, tôi nín thở, úp mặt, bất động giả chết.

진홍색

꺼져 가는 밤의 등불이 피의 강을 깨웁니다. 피와 피가 서로 섞여 농도가 짙어지고 영혼은 피폐해 갑니다. 붉은 망상.

*

마치 누군가 내 목을 끈으로 묶어서 어둠침침하고 눅눅한 좁은 복도를 따라 질질 끌고 가는 것 같습니다. 고개를 치켜드니 목이 콱 막혔습니다. 때때로 땅위에 있는 못이나 유리 파편이 몸에 박혔습니다. 온몸이 끌려 찢어져 쑤시며 피투성이가 되었습니다. 피가 내 몸을 미끌미끌하게 만들었습니다. 진흙 속의 장어처럼 내 몸이 미끄러져 나갔습니다. 나는 목이 잘라지고 털이 다 깎여 피투성이가 된 죽은 동물의 더미에 던져졌습니다. 목에 감긴 줄이 금세 풀어지더니 내 뒤의 다른 사람을 질질 끌고 가는 데 쓰였습니다. 보초 교대가 시작됨을 알고, 숨을 참고, 얼굴을 묻고, 꼼짝 않고 죽은 체 하였습니다.

*

Không thấy người lính gác ca trước bàn giao lại gì cho ca sau. Người lính mới nhận ca đứng vào vị trí. Tôi thoáng nghĩ, có lẽ đây là một khe hở, một cơ hội, một sơ suất, thiếu trách nhiệm. Họ đã thực hiện sai quy trình. Hay có thể đã thành thông lệ, thành thói quen của những lính gác, bởi từ lâu ở vọng gác này không xảy ra sai phạm lớn nào, chưa gây hậu quả nghiêm trọng. Tôi bò đến phía sau người lính gác, bất ngờ tung cú đấm trời giáng vào gáy anh ta. Tôi trói người lính ấy vào cửa sổ vọng gác, mặc vào bộ quân phục, phóng thích những súc vật còn ấm nóng, hy vọng chúng sẽ được sống. Tôi nhanh chóng trốn thoát.

*

Tôi đau giấc mơ cây cỏ úa vàng, trút xuống từng cơn thiếu máu. Lá khô đưa tôi về một thời mất máu, một thời khinh rẻ máu, một thời gian lận máu, một thời lợi dụng, tụng ca máu. Một vong linh không rõ giới tính đu lên cuống một chiếc lá và xưng danh từng là giọt máu. Ngọn cây và con chim sâu gần đó vội vã lắc đầu, rồi không tranh luận với vong linh ấy nữa. Giọt máu ấy bây

*

　보초 교대 때 보초가 새 보초에게 뭔가 인계하는 것을 목격하지 못하였습니다. 새 보초는 감시탑에 서 있을 뿐이리라. 나는 가끔, 이것이 도망갈 구멍이자, 기회요, 보초의 부주의이자 책임감 결여라고 생각했습니다. 아마도 저들이 보초 수칙을 잘못 수행하고 있는 것이겠지. 아니면, 아마도 보초들의 통상적인 일이거나 버릇이겠지. 왜냐하면, 오랜동안 이 감시탑에서 큰 일이 벌어진 적도 없었고, 심각한 문제도 일어나지 않았기 때문입니다. 나는 보초 뒤로 기어 올라가 뒤통수를 힘껏 내리쳤습니다. 보초를 감시탑 창에 묶고, 그의 군복을 입고, 아직 온기가 있는 동물들을 풀어주었습니다. 그들이 살아남기만을 기대하면서. 나는 재빨리 탈출하였습니다.

*

　나는 식물이 누렇게 뜨고, 빈혈에 시달리는 악몽을 꿉니다. 마른 잎사귀들이 나를 출혈의 시대, 피를 경멸하는 시대, 피를 속이는 시대, 피를 이용해 사기 치는 시대, 피를 찬양하는 시대로 데려 갑니다. 성별을 알 수 없는 영혼이 나뭇잎 줄기에 올라 한때는 자신도 한 방울의 피였었다고 말합니다. 근처의 나무와 참새들은 머리를 흔들며 그 슬픈 망령과 더 이상 말다툼하지 않습니다. 이제 핏방울은 별빛을 품은 이슬방울, 아침의 투명한 빗

giờ có hình hạt sương mang ánh sao khuya, giọt mưa trong lành buổi sớm, vệt nước cam em bé vừa uống lỡ rớt xuống cằm. Nước mắt đọng trong khóe mắt đợi chờ, hy vọng.

*

Máu từng chảy loang từng vũng giữa sân đình sau những lần đấu tố trong cải cách ruộng đất. Người con dâu từng tố điêu bị bố chồng ép buộc làm nô lệ tình dục, giờ cũng yên nghỉ trong cùng nghĩa trang. Vong hồn chị ta thường sang gõ nắp quan tài xin lỗi ông cụ cuối mỗi hoàng hôn. Ông cụ đã về báo mộng cho những người còn sống, hãy chọn một ngày thanh minh trong sáng nhất để nói lại chuyện đau buồn ấy một lần. Rồi sau đấy không bao giờ nhắc nữa.

*

Giấc mơ máu xông lên mùi hăng nồng nặc phòng biệt giam ngục tù, những chiến sỹ ái quốc kiên trung cho đến chết. Họ đã tin tuyệt đối vào lý tưởng mình lựa chọn và mơ ước những điều tốt đẹp nhất cho dân tộc, Tổ quốc. Họ đang nhìn những kẻ phản bội lý tưởng,

방울, 아기의 턱에 흘러내리는 오렌지주스 같습니다. 그것은 희망과 기대로 가득 찬 눈가에 고인 눈물방울일 것입니다.

*

수차례에 걸친 토지개혁에 대한 비난이 있은 후 마을회관 넓은 마당에는 피가 뿌려졌습니다. 자신을 강제로 성노예로 삼았다고 시아버지를 거짓 고발한 며느리는 이제 시아버지가 묻힌 공동묘지에 같이 누워 있습니다. 어찌할 줄 모르는 그녀의 혼령은 자주 시아버지의 관을 두드리며 매일 저녁 죄송하다고 사과를 합니다. 시아버지는 살아있는 이들의 꿈속으로 들어와 말합니다. 아주 청명한 날을 잡으렴, 그 슬픈 이야기를 단 한번만은 들려주고 싶다고. 그리고 나서는 다시 이야기하지 하지 않겠다고 말입니다.

*

피의 꿈은 죽을 때까지 충성했던 애국전사들이 갇혔던 독 감방에 지독한 냄새를 풍겼습니다. 그들은 자신들이 선택한 이상을 절대적으로 신봉했고, 민족과 조국을 향한 최고 아름다운 꿈을 꾸었었습니다. 그들은 자신들의 이상을 배신한 사람들, 진정한 피의 길을 더럽힌 동지들을 목격하였습니다. 꿈속에서 나는

phản bội đồng đội thả sức vấy bẩn lên con đường máu. Trong cơn mơ tôi nhìn thấy cánh cửa những phòng biệt giam bật mở, mùi hăng nồng nặc vẫn còn, nhưng họ đã không còn ở đó.

*

Máu phun trào. Máu đắp lên máu trong chiến trận. Rừng hoang mất máu thối rữa xác chết. Sông suối, ao hồ mất máu trương phềnh xác chết. Máu đổ xuống lúc nhiều người nhìn thấy và cả không ai có thể nhìn thấy. Những số phận tự kết liễu và bị kết liễu. Máu phun trào và những thi thể từng chảy máu trong. Máu đông nhanh và không thể đông. Máu được rửa sạch, xóa dấu vết, ngấm xuống đất đen, thoát qua ống cống. Máu vẫy gọi nhau, không thấy.

*

Đêm nay mọi người tiếp tục ngủ say cho dòng sông thẫm đỏ đi qua. Những người ngủ há miệng, ngủ dang tay dang chân, ngủ như hoa khép cánh, như quả thối rữa, ngủ cò quăm, ngủ như chết, ngủ chúi đầu, ngủ đứng, ngủ ngồi, ngủ gật, vừa ngủ vừa ngậm thức ăn,

독 감방 자물통이 갑자기 툭 열리는 것을 보았습니다. 지독한 냄새는 여전한데, 애국전사들은 떠난 지 오래였습니다.

*

피가 솟구쳐 오르고, 전장에서 피 위에 피가 쌓여만 갔습니다. 원시림은 피가 흘러 시신과 함께 부패되었습니다. 강과 개천, 연못에 흘려진 피는 시신을 부풀게 했습니다. 많은 사람들이 볼 때든 아무도 못 볼 때도 피는 흘렀습니다. 운명이 스스로 끝났거나 종말을 당한 것입니다. 피가 분출되고, 시체 속에서는 내출혈이 되었습니다. 피는 빨리 응고되기도 응고 될 수 없기도 했습니다. 피는 씻겨 지워지고, 검은 흙 속으로 스며들고, 배수관 속으로 사라질 수도 있습니다. 피의 파도는 피를 부르지만, 서로는 볼 수도 없이 피투성이가 되어 사라지고 맙니다.

*

오늘밤 사람들은 검붉은 강이 흘러가는 동안 단잠을 잡니다. 사람들은 입을 벌린 채로 자고, 팔다리를 쭉 뻗고 자고, 마치 꽃이 꽃잎을 여민 듯이 자고, 썩은 과일처럼 자고, 따오기처럼 자고, 죽은 듯이 자고, 머리를 숙이고 자고, 서서 자고, 앉아서 자고, 끄덕이며 자고, 자며 먹으며 하면서 자고, 가슴을 안고 자고,

ôm lấy ngực mà ngủ, đầu gối lên cánh tay, ngủ gác lên người bên cạnh, ngủ sấp, nghiêng bên phải, ngủ chảy dãi, ngủ mở mắt, ngủ rên, mộng du ra mở cửa, đái dầm, mộng tinh, nghiến răng, bất chợt trung tiện, ngáy như sấm.

*

Ký ức đã đến, chiếm lại không gian dĩ vãng. Mũi nhọn chĩa ra từ bàn chông, tiếng nổ đanh gắt từng viên đạn, lấy thân mình làm giá súng, lấp lỗ châu mai, vết mực trên chiếc bàn hỏi cung, từng chồng biên bản cuộc họp được đánh số, hòm phiếu đã niêm phong, buổi liên hoan vừa được lên lương, vào bệnh viện thăm người ốm, tặng hoa người chuẩn bị nghỉ hưu, nhìn mặt người thân lần cuối, chúc mừng người vừa lên chức,… Tất cả đang hiện lên lạnh lùng, chính xác như bảng phân vai một vở diễn. Người đạo diễn của vở kịch bất ngờ xuất hiện, mỉm cười khó hiểu, rồi bỏ ra ngoài hút thuốc vặt. Ông bỗng chốc thành kẻ tiên tri, người tổ chức, một nhà thấu thị.

팔베개를 하고 자고, 옆 사람에 다리를 올려놓고 자고, 엎드려 자고, 오른쪽으로 누워 자고, 침을 흘리며 자고, 신음소리를 내며 자고, 눈을 뜨고 자고, 문을 열고 걸어가며 자고, 오줌을 싸며 자고, 몽정(夢精)하며 자고, 이를 갈며 자고, 갑자기 탁탁 소리를 내고, 코를 천둥소리같이 골며 잡니다.

*

기억이 돌아와 잊었던 과거를 찾았습니다. 스파이크 판의 뾰족함, 탄환의 둔탁한 폭발 소리, 자신의 몸으로 총가(銃架)나 총안(銃眼)으로 삼은 사람들, 심문(審問) 책상 위에 말라 버린 잉크 자국, 번호를 매긴 회의록 서류 더미, 봉인된 투표함, 급여 인상 파티, 문안 차 병원 방문, 퇴직을 앞둔 사람에게 화환 선물, 마지막으로 친척 얼굴 보기, 막 승진한 사람에 축하하기… 모든 것이 연극에서 정식으로 배역을 맡길 때처럼 냉랭합니다. 연극 감독은 갑자기 나타나서는 알 수 없는 미소를 짓더니 밖으로 나가 담배를 피웁니다. 그는 곧바로 주최자로, 선지자로, 투시자로 둔갑합니다.

제3장 : 무대

거기에는 수년 동안이나 살았는데
그가 몰랐던 많은 단순한 자연의 진리가 있었습니다.

SÂN KHẤU

Cảnh 1

Giấc mơ sân khấu trống rỗng. Có tiếng nói vọng từ cánh gà. Mỗi khán giả dựa vào kinh nghiệm bản thân để đoán biết nội dung vở diễn. Đây là một cuộc họp, đợt chỉnh huấn, buổi hội thảo, phổ biến nghị quyết, phân công nhiệm vụ, một vụ ăn chia, cuộc đấu tố, ngày đọc quyết định, nói chuyện thời sự, cuộc thanh trừng, chào đón đại biểu cấp trên, ca trực cấp cứu, cuộc bỏ phiếu kín⋯

Vẫn cơn mơ ấy. Sân khấu tiếp tục trống vắng. Âm thanh tiếp tục vọng từ hai bên cánh gà, nghe không rõ. Loa đài rất kém. Bên dưới khán giả vẫn im lặng.

Lại vọng từ trong cánh gà. Có tiếng gằn giọng. Tiếng

무대

제1막

나는 넓고 텅 빈 무대를 꿈꾸었습니다. 무대 양쪽 뒤에선 떠들썩한 말소리가 들려왔습니다. 관객마다 자신들의 경험으로 연극 내용을 유추하고 있었습니다. 연극은 회의, 자아비판, 세미나, 결의 확산, 업무분장, 이익배분, 공개 비판, 결정문 선포일, 시사 문제에 대한 이야기, 숙청, 상관 영접, 긴급 당직, 비밀투표…에 대한 것이었습니다.

여전히 같은 꿈입니다. 무대는 여전히 비어있습니다. 무대 양측에서 계속 들려오는 목소리는 알아들을 수가 없습니다. 확성기는 신통치 않습니다. 관객들은 여전히 침묵하고 있습니다.

무대 뒤에서 다시 메아리가 쳐옵니다. 고함 소리. 간청하는

van xin. Cãi cọ. Tiếng đập bàn. Phân bua thành khẩn. Ai đó nói một câu rất dài không muốn nghỉ. Tiếng ném một vật cứng xuống đất. Tiếng cao giọng ở cuối câu. Tiếng đạn lách cách lên nòng nhưng không có tiếng súng. Tiếng khóc thút thít của một phụ nữ. Tiếng quát đanh thép. Giọng nói giật cục. Tiếng va đập kim loại. Giọng một người đàn ông run run. Người tiếp theo cũng run.

Tin lan truyền ra bên ngoài sân khấu. Tất cả cùng nhất trí. Thành công rực rỡ. Một cái kết có hậu.

Cảnh 2

Những hàng ghế băng được kê sẵn ngay ngắn. Mỗi ghế đủ cho ba người. Trên lễ đài có phông màn, lọ hoa, khăn trải bàn. Chủ tọa mặt mày quan trọng, ăn mặc gần gũi, gọn gàng. Sau hiệu lệnh mọi người lặng lẽ đi ra sân khấu, ngồi xuống ghế, không ai chạm vào ai, tư thế nghiêm trang, mắt nhìn thẳng. Vừa khai mạc được vài phút đã có người ngủ gật. Người soi gương và tỉa lông

소리. 다투는 소리. 책상을 치는 소리. 솔직한 사죄의 말. 누구는 멈추지 않겠다는 듯 장황하게 떠들어댑니다. 견고한 물건을 땅바닥에 내던지는 소리. 말소리는 고함으로 끝납니다. 실탄 장전 소리는 있으나 총소리는 없습니다. 아녀자의 흐느끼는 소리. 준엄한 꾸짖음. 끊기는 목소리. 서로 부딪치는 금속성 소리. 한 남자의 떨리는 목소리. 다음 사람도 목소리가 떨립니다.

소식은 무대 밖으로 퍼져나갔습니다. 모두 한 목소리로 찬성했습니다. 대단한 성공이었습니다. 보람 있는 결말이었습니다.

제2막

벤치가 열 지어 잘 정돈되어 있습니다. 벤치는 3명이 앉기에 충분합니다. 단상 위에는 배경막이 처 지고, 꽃병이 놓이고 책상보가 덮였습니다. 사회자는 얼굴에 진지한 표정이 돌고, 친근하고 단정한 차림입니다. 신호가 나가자 사람들이 조용히 무대로 나가 제자리에 앉았고, 누구도 서로 부딪치지 않았으며, 근엄한 자세에 눈은 정면을 주시하고 있었습니다. 시작 후 몇 분이 지나자 조는 사람이 있었습니다. 거울을 비추고 눈썹을 뽑는 사람

mày. Người tự lấy ráy tai, nghiêng đầu, mồm há hốc. Vài người bẻ từng đốt ngón tay lắc cắc. Một người hích nhẹ khuỷu tay vào sườn người bên cạnh, chắc muốn nói điều gì. Chủ tọa yêu cầu mọi người chú ý, không nói chuyện riêng, không được nhắn tin, điện thoại phải để chế độ im lặng. Bắt đầu có tiếng la ó từ phía khán giả, ném cả vật lạ lên sân khấu. Có tiếng xì xầm, thế kia thì ai cũng diễn được. Một số người bỏ về, buông câu gì đó gọn lỏn.

Cảnh 3

Diễn viên rê ngang bàn chân theo làn điệu chèo, rồi nhún nhẩy cả thân mình theo nhịp chèo thuyền. Con thuyền cách điệu trôi ra sân khấu. Diễn viên làm động tác cầm mái chèo quạt nước rồi chỉ tay xuống đất và hát, *tang tình con cá lội*⋯ Sau lại đưa tay lên ngang mày, *tình bằng con nhạn bay*⋯ Tưởng đơn giản vậy thôi mà ngay lúc ấy nhiều khán giả đã bật khóc. Họ thương những con cá chưa kịp lớn đã cắn câu, con chim vừa ra ràng đã sa lưới. Có tiếng người trong ban tổ chức nhắc

36

이 있었습니다. 어떤 사람은 귀지를 파내고, 머리를 숙이고, 입을 크게 벌렸습니다. 몇몇 사람은 손가락 관절을 꺾어 뚝뚝 소리를 내기도 하였습니다. 어떤 사람은 팔꿈치로 옆 사람의 갈비뼈를 살짝 치기도 하였는데, 분명 무슨 말을 하려고 했던 것 같습니다. 사회자는 개인적인 이야기는 하지 말 것, 문자를 보내지 말 것, 전화기는 진동으로 해줄 것을 당부하였습니다. 관객들로부터 야유가 터져 나오고, 미상의 물체가 무대로 던져졌습니다. 수군거리기가 시작되었고, 저런 식으로 한다면 누구든 다 연출할 수 있지. 일부 사람들은 몇 마디씩 던지고는 돌아갔습니다.

제3막

배우들은 쩨오 박자에 맞춰 발걸음을 하다가 노를 젓는 박자에 맞춰 온몸을 율동하였습니다. 조형 배가 무대로 나옵니다. 배우는 노를 젓는 시늉을 하더니 손으로 땅을 가리키며 노래를 합니다. *물고기는 헤엄치고…* 그리고는 손을 눈높이로 들어올리고는, *제비는 날아가고…* 그렇게 단순할 뿐인데, 그러나 그때 많은 관객들이 울음을 터트렸습니다. 관객들은 아직 다 자라지 못한 물고기가 낚시 바늘을 문 것을 안타까워했고, 깃털이 갓난 새끼 새가 그물에 걸린 것을 애석해 했습니다. 주최 측은 확성기를 통해서 관객들에게 연극은 클라이맥스까지는 아직 많이 남아 있

nhở trên loa. Đề nghị mọi người kìm nén xúc động, vở kịch còn lâu mới đến lúc gay cấn, cao trào. Nếu các vị dễ bị kích động chúng tôi sẽ không diễn nữa!

Cảnh 4

Sân khấu chia đôi, bên này cõi âm, bên kia dương thế. Những diễn viên vào vai linh hồn bôi mặt trắng, bên cõi dương tô mặt hồng. Một diễn viên diễn cảnh người mới qua đời. Bắt đầu thủ tục chôn cất, mọi người khiêng anh ta từ bên này tấm màn sân khấu sang phía bên kia. Sau khi được bôi mặt trắng, anh ta nhìn sang trần gian bỗng toát mồ hôi. Sao ở bên đó bao nhiêu năm mà nhiều lẽ giản đơn, tự nhiên anh ta không biết.

Kìa con đường thẳng tắp. Con đường quanh co. Con đường gấp khúc⋯ Những dấu chân lầm lạc chồng chất lên nhau, bôi xóa, rồi tiếp tục lầm lạc. Rồi lại bôi xóa. Những cuộc cách mạng lật đổ áp bức, cường quyền. Một vài người làm cách mạng thành công đứng ra cai trị vương quốc quá lâu lại thành kẻ tha hóa, độc tài. Con người phải hy sinh biết bao máu xương để giành lấy tự do, nhưng lại quên đi

으니 감정을 추슬러 줄 것을 요청했습니다. 만약 관객들이 너무 감성적이면 연극을 더 이상 진행하지 않을 것이라고도 했습니다.

제4막

무대는 둘로 나뉘었는데, 한 쪽은 저세상, 한 쪽은 이 세상입니다. 영혼 역을 하는 배우는 하얀 얼굴로, 이 세상 사람 역을 하는 배우는 분홍색 얼굴입니다. 어떤 배우는 방금 죽은 사람의 배역을 맡았습니다. 그의 장례식이 시작되자, 이 세상에서 그를 운구하던 사람들이 무대 저편으로 갔습니다. 얼굴에 하얀 분장을 한 그는 이 세상을 보더니 갑자기 식은땀을 흘렸습니다. 거기에는 수년 동안이나 살았는데 그가 몰랐던 많은 단순한 자연의 진리가 있었습니다.

거기에는 완벽하게 곧은 길, 꼬부랑 길, 지그재그 길… 등등이 있었습니다. 길을 잃어버린 발자국은 서로 중첩되어 서로를 지우고 있었습니다. 그리고는 다시 길을 잃고 다시 서로를 지우고 있었습니다. 혁명은 압제적인 권력을 쓰러트렸습니다. 혁명을 성공시킨 몇몇 사람들이 오랫동안 왕국을 다스리더니 다시금 부패자, 독재자가 되었습니다. 사람들은 자유를 쟁취하기 위하여 수많은 피와 뼈를 희생해야 했지만, 푸른 나무로부터 얻은, 광합성의 자

bài học từ một cây xanh. Tự do quang hợp, tự do đơm hoa, tự do kết trái.

Mấy linh hồn mặt trắng bỗng xúm lại và bắt đầu chỉ trỏ. Sân khấu âm và sân khấu dương có hai người nhắc vở.

Cảnh 5

Cảnh một phiên tòa lưu động xử một tử tù máu lạnh. Tòa cho hắn nói lời cuối cùng. Hắn kể được sinh ra ở đây và từng đi học. Cuộc đời đã dậy cho hắn biết lẽ phải thuộc về kẻ mạnh. Hắn tự thú lúc hành hung mình là kẻ mạnh nhất. Bỗng một khán giả bị kích động nhảy lên sân khấu tay lăm lăm chiếc dép. Nhân viên giữ trật tự đêm diễn đã vội ngăn anh ta lại và nói hãy bình tĩnh, đây chỉ là vở diễn. Anh diễn viên đóng vai tử tù đã đến lúc được vào bên trong sân khấu tẩy trang, rồi lẻn về nhà theo hướng khác. Vị khán giả bị kích động cũng đã ra về trên chính con đường anh ta vừa đi.

유, 꽃을 피우는 자유, 열매를 맺는 자유라는 교훈을 잊어버리고 말았습니다.

갑자기 하얀 얼굴을 한 영혼들이 함께 모여 손가락으로 세상을 가리킵니다. 저 세상의 무대와 이 세상의 무대에는 두 명의 프롬프터가 있습니다.

제5막

냉혈 사형수를 심리하기 위한 이동 재판정 장면. 재판장은 그에게 최후 진술을 하도록 했습니다. 그는 이곳에서 태어나 학교를 다녔다고 진술했습니다. 삶은 그에게 강자에게는 진리가 있다는 것을 가르쳐 주었습니다. 그는 범죄를 저질렀을 때, 자신이 최강이었다고 진술했습니다. 갑자기 흥분한 관객 한 명이 손에 슬리퍼를 들고 무대로 뛰어 올라갔습니다. 안전관리 요원이 제지하며, 이것은 단지 연극일 뿐이니 정신 차리라고 말했습니다. 사형수 역을 맡은 배우가 무대 뒤로 가서 분장을 지우고, 몰래 다른 방향으로 집으로 돌아갔습니다. 흥분한 관객도 역시 나갔는데, 사형수 역을 한 사람이 방금 지나간 그 길로 돌아갔습니다.

Chào khán giả

Suốt vở diễn không có tiếng nhạc, không thấy ai hát. Các loại đèn sân khấu đến giờ bật sáng. Các nghệ sỹ lần lượt bước ra, ai cũng cười giống nhau cúi chào khán giả. Lúc này mọi người mới biết hết mặt diễn viên.

Tiếng vỗ tay rộ lên như sấm, rồi chậm lại từng đợt. Đều đặn từng đợt như những bước chân diễu binh trên quảng trường.

Tấm màn nhung màu huyết dụ từ từ khép lại.

관객에 인사

　연극이 진행되는 동안 내내 음악도 없었고 노래하는 사람도 없었습니다. 시간이 되자 각 종류의 무대조명이 밝게 켜졌습니다. 배우들이 하나씩 걸어 나와 서로 미소를 지으며 관객 앞에 인사를 합니다. 그때서야 관객들은 비로소 배우들의 얼굴을 알게 됩니다.

　우레 같은 박수 소리가 진동하고 나서 박수 물결이 서서히 가라앉습니다. 박수 소리는 광장에서 행해지는 열병식 걸음처럼 일정했습니다.

　진홍색 막이 서서히 닫힙니다.

제4장 : 교차로

강은 그녀를 청춘 시절로 되돌려 놓고,
때 아닌 옛 애인을 만나게 해줍니다.

LỐI RẼ

Người con gái ấy chờ đợi người con trai ra đi và mãi không về. Chị đã thành một bà lão già nua, run rẩy. Đêm nay dòng sông tươi đỏ bỗng tràn vào giấc ngủ của bà. Nước dịu dàng kéo những cơ lưng, cơ tay, phả vào miệng bà hơi thở của hừng đông, sương sớm. Vỗ vào eo lưng vào vai bà từng làn nước từ con thuyền đang lướt trong mơ. Dòng sông đã dìu bà lão về tuổi thanh xuân và bất ngờ gặp được người tình. Màu tươi đỏ khi ấy mở ra trước mắt đôi trai gái rất nhiều ngã rẽ. Và họ đã chọn một lối khác để băng nhanh về đích phía chân trời.

Tiếng họ vang lên khát khao trong nung nấu của dòng sông máu:

- Đã xa dần nanh vuốt của cái ác, em ơi đừng sợ!

교차로

그 아가씨는 떠나가서 다시 돌아오지 않을 한 남자를 기다리고 있었습니다. 그녀는 이제 비틀거리는 할머니가 되었습니다. 오늘 밤 선홍색 강줄기는 불현듯 그녀의 꿈속으로 흐릅니다. 강물은 그녀의 등과 손을 살며시 당기고, 여명과 아침 이슬의 기운을 그녀의 입 속으로 불어 넣어줍니다. 꿈속에서 항해하고 있는 배가 일으키는 물결이 그녀의 허리와 어깨를 쓰다듬어 줍니다. 강은 그녀를 청춘 시절로 되돌려 놓고, 때 아닌 옛 애인을 만나게 해줍니다. 선홍색은 두 남녀의 눈앞에 수많은 교차로를 열어 줍니다. 그리고 그들은 다른 길을 택해 지평선 너머 목적지를 향해 빠르게 돌진해 나갑니다.

부글부글 끓는 피의 강에서 그들의 목소리는 갈증으로 반향합니다.

– 악의 발톱에서 멀리 벗어났으니, 자기야 걱정 마!

- Có ai đuổi theo ta không?

- Mình đang đi trên con đường của máu đã chọn.

- Con người sao quá nhiều sai lầm.

- Đám đông thường bị dẫn dắt bởi những kẻ tham lam, ác hiểm.

- Chúng nhân danh lý tưởng, dân tộc, nhân danh cả lẽ phải.

- Họ nói lẽ phải nằm trong khuôn khổ.

- Mọi thứ đều bị biến dạng, bóp méo trong một cái khuôn.

- Phải tìm cách phá hủy nó.

- Anh tin có lẽ phải không?

- Tin. Nhưng không tin lẽ phải trên miệng kẻ xấu.

- Lẽ phải có thay đổi không?

- Luôn thay đổi.

- Bao giờ?

- 우리를 따라 오는 사람 누가 있나요?

- 우리는 우리가 선택한 피의 길을 걷고 있어.

- 인간들은 수많은 잘못을 범하고 있지.

- 대중은 대개 탐욕스럽고 사악한 사람에 의해 이끌려가지.

- 그들은 이상(理想), 민족, 정의의 이름도 이용하지.

- 정의는 틀 속에 있다고 그들은 말해요.

- 모든 것의 형태는 변하고, 틀 안에서 비틀려져요.

- 그것을 파괴할 방법을 찾아야 해요.

- 오빠는 정의가 있다는 것을 믿어요?

- 믿지. 하지만 악한 자의 입에서 나오는 정의는 믿지는 않아.

- 정의는 바뀔 수 있나요?

- 항상 바뀌지.

- 언제요?

- Khi tự do của con người bị chiếm đoạt.

- Biến con người thành nô lệ, bầy đàn.

- Kẻ đó là ai?

- Những tên độc tài, những kẻ cơ hội, lái súng.

- Hình như phía sau có tiếng nổ? Cố chạy nhanh hơn đi!

- Không sợ, đôi ta đã ở bên ngoài tầm đạn.

- Hình như có kẻ bám theo?

- Không, máu đông kết và đã cắt đuôi.

- Ta dừng lại quỳ xuống tạ ơn máu!

- Không thể trả ơn được máu.

- Máu vô giá và bất tử.

- Chúng ta sẽ sinh những đứa con để tạ ơn.

- Khi con cái chúng ta lớn lên có biết được lối rẽ này không?

- Có thể không biết. Và lúc ấy chúng ta sẽ không còn,

- 인간의 자유가 박탈당할 때지.

- 인간을 노예, 하층민으로 변신시키지.

- 그들은 누구죠?

- 독재자들이고, 기회주의자들이고, 무기 거래상들이지.

- 마치 뒤에서 폭발음이 들리는 것 같아. 더 빨리 뛰어 가지!

- 걱정하지 마, 우리 두 사람 모두 사거리 밖에 있으니.

- 누군가 뒤따라오는 것 같은데?

- 아냐. 피는 이미 엉기었고 꼬리를 잘랐어.

- 우리 멈춰 무릎을 꿇고 피에 감사하자!

- 우린 피가 베풀어 준 은혜에 보답할 수는 없지.

- 피는 무한 가치가 있고 사라지지 않는 것이니.

- 은혜를 갚기 위해서 우리는 자식을 낳아야지.

- 우리 자식들이 장성했을 때 이런 교차로를 알 수 있을까?

- 아마 모를 거야. 그리고 그때는 우리가 존재하지 않거나 치매

hoặc đã lú lẫn.

- Vậy viết sẵn hai chữ TỰ DO và dặn người đặt lên mồ.

- Có tiếng sóng và hơi nước mát.

- Mình trút bỏ và cùng xuống tắm gội.

Sóng to và gió lớn đã biến đôi trai gái thành con thuyền lật úp. Cột buồm chao đảo vươn xa cắm vào lòng biển đội con thuyền lơ lửng lên không. Mạn thuyền dãn căng, mở rộng như muốn vỡ. Từng đợt sóng hung dữ chồm lên đáy con thuyền lật úp bám rêu trơn nhẵn nhấp nhô trong ánh nắng. Bọt nước trắng xóa êm ái vỗ từng đợt, từng đợt vào thân thể con thuyền. Họ muốn vỡ ra cho thuyền vững chãi hơn là thuyền và biển còn rộng hơn là biển. Họ muốn thành cá tôm, phù du, san hô, biến hóa thành muôn loài sinh vật biển. Để không kẻ nào có thể đuổi bắt được họ, chia lìa, đầu độc được họ. Mũi thuyền và cả bánh lái lần lượt ngập trong sóng lớn. Cột buồm dựng ngược gắn chặt vào lòng con thuyền trụ vững lắc lư.

에 걸렸겠지.

- 그러니 자유라는 두 글자를 써 놓고 비문에 새겨 달라고 하자.

- 물결 소리 들리고 시원한 물안개가 인다.

- 우리 옷을 벗어 제치고 함께 내려가 몸을 씻자.

높은 파도와 강풍이 두 남녀를 배가 전복된 것처럼 변화를 시켰습니다. 돛대가 깊은 해초에 거꾸로 박혀 공중에 걸린 선체를 이고 있습니다. 불거져 늘어난 선체는 마치 깨질 것 같습니다. 전복되어 이끼로 뒤덮인 배 밑바닥 위로 사나운 파도가 칠 때 마다 선체는 햇살을 받으며 까닥거렸습니다. 파도가 칠 때마다 흰 거품이 철썩거리며 선체에 밀려옵니다. 배가 배보다 더 튼튼한 것으로, 바다가 바다보다 더 넓은 것으로 만들려고 그들은 자신을 파쇄하고 싶어 했습니다. 두 사람은 아무도 잡지 못하도록, 헤어지거나 오염되지 않도록 고기와 새우, 플랑크톤, 산호, 수만 가지의 해양생물로 변하고 싶었습니다. 선수(船首)와 방향타는 차례로 높은 파도에 잠깁니다. 배의 내부에 단단하게 곧추세워진 돛대는 선체를 단단히 잡아주고 있습니다.

제5장 : 도살자

도살자들은 식탁에 무관심하게 태연히 앉아 있습니다.
그들은 다시금 다른 도살자들의 죄악의 손에 의해
독을 먹게 되기도 합니다.

ĐỒ TỂ

Đồ tể 1

Hắn còn sống, nhưng ngọn lửa Địa ngục đã lùa đến trước mặt. Hắn cúi gục xin ngọn lửa tha tội nhưng đã muộn. Dòng máu chúng sinh từng chảy qua tay hắn giờ đã biến thành con quái vật khổng lồ cuộn chặt, mút xương tủy hắn. Bỗng con quái vật buông tay. Tên đồ tể lảo đảo đập mặt xuống đất tái hiện giờ phút cuối cùng của những con vật bị hắn làm thịt. Mắt con vật trợn ngược, đỏ quạch khi bị chiếc búa tạ của tên đồ tể lạnh lùng đập xuống. Bốn chân con vật sóng soải, khẽ run khi thùng nước sôi dội xuống từng phần cơ thể. Lưỡi dao sắc trong tay gã đồ tể lia mạnh, trắng ởn những lỗ chân lông. Đầu con vật được cắt rời, xẻ ra từng miếng. Vai, xương sườn, móng chân con vật được xếp ngay ngắn. Tên đồ tể ngã vật. Đôi mắt vô hồn của hắn lồi ra, bất động, chấp

도살자

도살자 1

아직은 살아있으나, 지옥의 불은 이미 그의 목전에 와 있었습니다. 그는 불덩어리에 몸을 낮춰 죄를 용서해 줄 것을 간청했으나 이미 늦었습니다. 이제 그의 손에 의해 흘린 중생의 피는 그를 단단히 묶어 골수를 빨아먹는 거대한 괴물이 되었습니다. 괴물은 갑자기 그를 놓아 주었습니다. 그는 꼬꾸라져 얼굴을 땅에 쳐 박고, 동물들이 그에게 도살 당할 때의 마지막 순간을 재현하고 있습니다. 도살자의 큰 망치가 무자비하게 내려칠 때 동물들의 눈은 휘둥그래지고, 눈은 벌겋게 충혈됩니다. 동물들의 사지는 축 늘어지고, 끓는 물이 부어질 때 사체는 부위마다 전율합니다. 도살자 손에 든 예리한 칼날은 모공(毛孔)이 하얗게 들어날 때까지 내리칩니다. 동물들의 대가리는 쪼개지고, 조각으로 나눠집니다. 어깨 부위, 갈비 그리고 족(足)부위가 깨끗하게 정리되었습니다. 도살자가 넘어졌습니다. 혼이 나간 그의 두 눈은 돌출되었고, 꿈적도 하지 않습니다. 마치 죽은 동물들로

nhận để vong linh những con vật đã chết quay về hành hạ. Đây là phản thịt, là cuộc chơi sòng phẳng. Đây là diễn đàn tự do, nơi phán xét công bằng.

Đồ tể 2

Những gã đồ tể mang gương mặt lương thiện có mặt khắp nơi, trong bếp ăn, khu vườn, phiên chợ, gánh hàng rong, nhà hàng, trên cánh đồng··· Chúng gieo rắc, ủ mọi mầm bệnh từ khi con người lựa chọn con giống, mầm cây. Dùng hóa chất kích thích sinh trưởng, chúng ngâm tẩm, tiêm chích chất độc hại vào hoa quả, đồ uống, thực phẩm··· Cái chết có hình miếng thịt bò đỏ au, hồng đậm mỡ màng. Hình những con tôm con mực căng mọng, thân mềm. Những đọt rau xanh, trái cây mởn mơ để lâu không thối rữa··· Không ai có thể biết những tên đồ tể vung lưỡi dao ở đâu, khi nào. Chỉ bất chợt vọng lên giữa phố xá, làng quê tiếng kèn trống não nề tiễn đưa những người chết trẻ vì những căn bệnh lạ, hiểm nghèo. Những lưỡi rìu tàn nhẫn, lạnh lùng thường xuyên bổ xuống đâu đó dưới mặt trời, trong bóng tối. Đâu đó có người lên

부터 나온 영혼들이 하는 고문을 그가 수용이나 한 듯이. 이것
은 도살자가 고기를 토막으로 내는 고기 판이며, 공정한 경기입
니다. 이것은 공정한 판결이 선고되는 자유 포럼입니다.

도살자 2

　　정직한 얼굴을 한 도살자들도 곳곳에 존재합니다. 부엌에,
정원에, 장터에, 잡상인의 짐 바구니통에, 식당에, 들판에… 그들
은 인간이 키울 씨앗, 사육할 종(種)을 선택한 시점의 처음부터
병원균을 배양하고 전파해 왔습니다. 생장촉진화학물질에 종자
를 담그고, 과일, 음료수, 식품에… 독성물질을 주입시켰습니다.
죽음은 기름기 많은 검붉은 소고기 조각 형태를 갖습니다. 부드
럽고 탱탱한 새우나 오징어 형태도 갖습니다. 푸른 채소와 과일
을 오랫동안 썩지 않게 신선도를 유지하게 해 줍니다. 도살자들
이 언제 어디서 칼날을 휘두를지 아무도 모릅니다. 갑자기 도회
지 길거리나 시골 마을에서 희귀한 난치병으로 죽은 젊은이를
떠나 보내는 나팔소리와 북소리가 들립니다. 잔인하고 냉혹한
도끼날들을 태양 아래, 어둠 속 그 어딘가에서 자주 내려칩니다.
여기 저기에서 사람들이 고통에 몸부림치고, 구토하고, 번민하
다가 그리고 죽습니다. 화학물질과 실험용 약품은 관 속의 시체
들이 상당한 시간이 지나도 썩지 못하게 하고 뻣뻣하게 합니다.

cơn quặn đau, nôn mửa, vật vã, hấp hối. Hóa chất và các loại thuốc tân dược thử nghiệm đã làm những tử thi khô quánh lại trong những cỗ áo quan, đến khi đoạn tang vẫn không thể phân hủy. Những người thân phải dùng dao cạo sạch, róc những khúc xương trước khi xếp vào chiếc tiểu sành. Những gã đồ tể khi ấy vẫn nhởn nhơ, thản nhiên ngồi bên mâm cơm. Chúng lại ăn phải những nọc độc từ bàn tay tội lỗi của những đồ tể khác.

Đồ tể 3

Một gã đồ tể sám hối trước khi chết. Hắn tự nguyện hiến đôi tay mình cho một bảo tàng, như một nhân chứng cho những lầm lỗi. Ước nguyện của hắn được thực hiện ngay trước khi khâm liệm. Đôi tay gã đồ tể nhanh chóng được ngâm dung dịch đặc biệt đựng trong chiếc lọ thủy tinh. Chiếc lọ phút chốc phát nổ. Dù đã thay nhiều lần nhưng những chiếc lọ khác cũng lại nứt vỡ. Cuối cùng các nhân viên bảo tàng đã ngâm đôi bàn tay tên đồ tể vào chiếc thùng kẽm vỏ dày có khóa. Đêm đêm nhân viên bảo vệ vẫn nhìn thấy đôi tay gã đồ tể bò ra từ

몇 달이 지나면 유가족들은 뼈마디를 납골단지에 담기 위하여 칼을 사용해야만 합니다. 도살자들은 식탁에 무관심하게 태연히 앉아 있습니다. 그들은 다시금 다른 도살자들의 죄악의 손에 의해 독을 먹게 되기도 합니다.

도살자 3

어떤 도살자는 죽기 전에 후회합니다. 그는 자신의 두 손을 악행(惡行)의 증표로 자진해서 박물관에 기증하기로 서약합니다. 그의 서약은 염(殮)을 하기 직전에 실행에 옮겨집니다. 도살자의 두 손은 유리병 속 특수 용액에 담겨집니다. 유리병은 몇 분 내로 폭발합니다. 몇 차례나 교체를 했음에도 다른 유리병 역시 깨집니다. 결국 박물관 직원들은 도살자의 두 손을 두꺼운 알루미늄 통에 넣고 자물쇠로 박물관을 잠급니다. 매일 밤마다 박물관 보안 요원이 연체동물의 유연한 변형기술을 동원하여 통의 덮게 밑에 나 있는 좁은 틈 사이로 도살자의 손이 밖으로 기어 나가는 것을 봅니다. 손은 박물관 전시실 중간에 있는 반

khe hẹp nắp đậy chiếc thùng bằng tài nghệ biến hóa của loài động vật thân mềm. Cánh tay ấy cố tìm đến một bức tượng bán thân đặt trong gian giữa bảo tàng.

Đồ tể 4

Tên đồ tể có lúc xuất hiện trong hình dáng bông hoa. Mê dụ bạn bằng sắc màu và mùi hương quyến rũ. Hắn dẫn bạn vào một con hẻm, chỗ tối, hoặc nơi nào vắng vẻ. Nói rằng bạn phải lựa chọn cách chết. Dĩ nhiên bạn sẽ phản ứng quyết liệt, nhưng kết cục không thể khác. Hắn rút ra mấy cuốn cẩm nang để bạn lựa chọn. Đây là sách dạy bạn phải trơ lì trước mọi nỗi đau, tự tiêu diệt cảm xúc của mình cho đến khi tắt thở. Cách khác, bạn hãy hít hà hương thơm của bông hoa để suốt đời bạn mang căn bệnh thong manh, không thể nhận biết những giá trị khác biệt. Và đây là cuốn sách cuối cùng dậy bạn kỹ năng đánh lừa cảm giác. Ngày mai bạn sẽ mòn mỏi, khô cứng cả thể xác lẫn tâm hồn, nhưng bạn vẫn luôn tin mình đang hiến dâng cho những gì thiêng liêng, tốt đẹp.

신상까지 찾아가려고 애를 씁니다.

도살자 4

도살자는 가끔씩 꽃 모양으로 나타난 적이 있습니다. 그는 당신을 화려한 색과 향기로 유혹합니다. 그는 당신을 골목이나 음침한 곳 아니면 황량한 곳으로 안내합니다. 당신이 죽을 방법을 선택해야만 한다고 말하면서. 물론, 당신은 완강히 저항할 테지만 결과는 다르지 않을 것입니다. 그는 당신이 선택할 수 있도록 길잡이 책 몇 권 을 꺼내 줍니다. 이것이 당신이 마지막 숨을 쉴 때까지 어떻게 스스로 감정을 없애는지, 당신이 어떻게 모든 고통 앞에 무감각해 질 수 있는지를 가르쳐주는 안내서입니다. 또 다른 죽는 방법 하나는 당신이 평생토록 백내장에 걸려서 서로 다른 가치를 인식할 수 없도록 만들기 위해 꽃향기를 맡으라는 것입니다. 그리고 이것은 당신이 감정을 속이는 기술을 가르치는 마지막 책입니다. 내일이면 당신은 쇠약해질 것이고, 몸과 혼 모두 딱딱하게 굳을 것이지만, 당신은 항상 자신이 신령스럽고 선한 것을 위해 헌신하고 있다고 믿을 것입니다.

Đồ tể 5

Hắn đến trong đêm, vặn to ngọn đèn, xông thẳng vào nơi tôi ở. Vội giật lấy cuốn sách trên tay tôi đang mở và túm tóc tôi lật ngược ra sau. Mặt tôi ngửa lên để hắn cúi sát nhìn cho rõ. Sau đó hắn nhìn kỹ bìa cuốn sách rồi chầm chậm buông tôi ra. Hình như có sự nhầm lẫn? Rõ ràng tên đồ tể đang muốn truy nã, bắt cóc một ai. Hắn nhìn tôi nghi hoặc hồi lâu rồi lẳng lặng bỏ đi. Đến khi hắn quáng quàng quay lại với ánh mắt dữ tợn cùng lưỡi dao sáng loáng thì tôi đã không còn ở đó. Đêm tối đã che chở tôi, giúp tôi nhìn rất rõ, quan sát mọi hành vi và sắc diện gã đồ tể nham hiểm nhường kia. Nhưng hắn lại không thể biết tôi đang ở đâu, dù khi ấy tôi rất gần hắn.

Đồ tể 6

Những gã đồ tể của tư tưởng bắt chúng ta đi đường thẳng không bao giờ được rẽ. Nhưng thế giới tự nhiên với bao nhiêu biển hồ, núi non, ghềnh thác. Không thể tồn tại một con đường thẳng tắp bất tận chạy trên mặt

도살자 5

그는 밤중에 도착해서, 등불을 켜고, 내가 거처하는 곳으로 곧장 들이닥칩니다. 그는 내 손에 펴져 있는 책을 낚아채고는 머리카락을 잡고 뒤로 제치고 내 얼굴을 자세히 살펴봅니다. 그리고는 책 표지를 자세히 보고 나서야 나를 서서히 풀어 줍니다. 무엇인가를 착각했나? 도살자는 분명 누군가를 추적해서 납치를 원하는 것입니다. 그는 한동안 나를 의심의 눈초리로 보아오다가 조용히 가버렸습니다. 그가 서둘러 번쩍이는 칼날을 들고 매서운 눈초리로 되돌아 왔을 때는, 나는 이미 그 자리에 없었습니다. 어두운 밤이 나를 숨겨 주고, 나로 하여금 그토록 사악한 도살자의 모든 행위와 안색을 명확히 관찰할 수 있게 해주었습니다. 그러나 그는 아주 가까운 곳에 있음에도 내가 어디에 있는지 알지를 못합니다.

도살자 6

사상의 도살자들은 우리로 하여금 절대로 옆길로 돌아갈 수 없게끔 곧장 가도록 강요합니다. 그러나 자연세계는 수많은 바다와 호수, 산과 폭포가 있습니다. 지구상에 끝없이 이어지는 완전히 곧은길은 존재하지 않습니다. 인류는 수많은 전환점에서

đất. Sự tiến hóa của con người nhiều khi nằm ở những khúc cua, những nền văn minh được khởi sinh thường ở ngã rẽ. Những tên đồ tể đã biết và phục sẵn ở đó. Chúng nhanh chóng thủ tiêu những ai chúng coi là mờ ám, lầm lạc. Tôi nhìn thấy những gã đồ tể cởi trần được đánh số trên con đường thẳng tắp. Chúng an tâm đứng đó bất động thay cho những cột mốc.

Đồ tể 7

Hắn đã thuộc về thế giới bên kia. Dấu tích duy nhất hắn nhô lên trên thế gian là bức ảnh bán thân khắc trên bia mộ. Khuôn mặt trực diện, cặp mắt nhân từ sau gọng kính, mái tóc chải lật. Chiếc áo vét chỉ để lộ hết hàng cúc thứ hai. Bàn tay vấy máu từ lâu đã chui sâu vào lòng đất. Người con út của hắn hiện còn giữ một trang bí mật trong bản di chúc, căn dặn đến đời thứ ba mới được mở ra. Đó là tiểu sử người nằm dưới mộ đã đến lúc hậu thế được tự do thêu dệt. Lúc ấy xã hội văn minh không còn đồ tể. Từ thế hệ thứ ba sẽ thay nhau truyền tụng công đức ông cụ. Lúc sinh thời ông cụ là người từ bi, đức độ, biết thương yêu tất cả chúng sinh.

진화하며, 문명은 분기점에서 발생합니다. 도살자들은 그것을 이미 알아차리고 미리 매복하여 우리를 기다립니다. 그들은 자신들이 의심하거나 잘못된 사람이라고 판단되면 재빨리 제거해 버립니다. 나는 완벽하게 곧은길에서 몸에 번호를 매긴 반나체의 도살자들을 보았습니다. 그들은 이정표를 대신하여 꼼짝하지 않고, 안심하고 서 있었습니다.

도살자 7

그는 이미 저세상에 속해 있었습니다. 그가 이 세상에 살았다는 유일한 흔적은 묘비에 새겨진 그의 반신 조상(彫像)뿐입니다. 얼굴형은 곧고 안경 너머의 두 눈은 인자하고, 머리카락은 치켜 올려 빗었습니다. 조끼 단추는 두 번째만 보입니다. 피 묻은 손은 오래 전에 깊은 땅속으로 사라졌습니다. 그의 막내 자식은 3대째에 가서 열어보라는 유언장의 비밀 한 장을 아직도 간직하고 있습니다. 그것은 묘비 아래 누워 있는 사람의 연대기로 후세로 가면, 마음대로 이야기가 꾸며질 것입니다. 그때에 문명사회에 도살자는 더 이상 존재하지 않을 것입니다. 제3대부터는 조상의 공덕이 칭송으로 바뀔 것입니다. 생존 시에 조상은 자비로운 분이셨고 모든 중생을 사랑했던 덕이 있는 분이셨다고.

제6장 : 대화

어떻게 하면 저기 돌아다니고 있는 사람들에게
이 불꽃을 전해 줄 수 있을까요?

ĐỐI THOẠI

Đối thoại 1

- *Tôi bị thủ tiêu vào cuối năm 1941.*

- *Ở đâu?*

- *Ngay gốc cây bưởi này.*

- *Ai giết ông?*

- *Mật thám Pháp cùng chánh tổng.*

- *Lúc ấy ông mang theo gì?*

- *Lá cờ.*

- *Ông muốn trao cho ai lúc đó?*

- *Những người nghèo khổ, bị áp bức ở đây.*

- *Nó sẽ linh thiêng khi bay trong gió?*

대화

대화 1

- 나는 1941년 말에 죽임을 당했어요.

- 어디에서요?

- 바로 이 자몽나무 밑둥치에서요

- 누가 당신을 죽였지요?

- 프랑스 밀정과 함께 지역 책임자가요.

- 그때 무엇을 소지하고 있었나요?

- 깃발을 지니고 있었지요.

- 당시에 누구에게 주려고 했었나요?

- 가난하고 압박을 받고 있는 이곳 사람들에게요

- 바람에 휘날릴 때 깃발은 신성시되었나요?

- Dẫn dắt nông dân, thợ thuyền và những người biết chữ.

- Mục tiêu của các ông khi đó là gì?

- Độc lập, tự do, hạnh phúc.

- Nói nôm na dễ hiểu hơn đi!

- Người dân không còn lầm than, đói nghèo, không còn sưu cao thuế nặng, không còn bị khinh rẻ, bị đánh đập, không còn bất công. Được sung sướng tự do.

- Giờ ông còn tin điều đó?

- Mãi tin.

- Tôi có thể thấy niềm tin đó không?

- Kìa đất thẫm nâu và cỏ đang xanh.

- Để tôi kéo một ngọn cỏ lại gần.

- Ngọn lửa diệp lục luôn sáng đấy. Có cách nào truyền tiếp ngọn lửa này tới những người đang đi lại kia không?

- Họ đã biết, được giáo dục từ nhỏ.

- 깃발은 농민, 노동자와 글씨깨나 아는 사람들을 선도했지요.

- 그 당시 당신들의 목표는 무엇이었나요?

- 독립, 자유, 행복이었어요.

- 좀 더 이해하기 쉽게 말해 보세요!

- 인민들이 고통 받지 않고, 굶주리거나 중세(重稅)에 시달리지 않고, 멸시당하거나 매 맞지 않고, 불공평한 일을 당하지 않는 것이요. 행복과 자유를 누리는 것이요.

- 아직도 당신은 그것을 신봉하나요?

- 영원히 믿습니다.

- 혹시 내가 그 믿음을 볼 수 있겠소?

- 저 고동색 흙과 파란 풀을 보시오.

- 풀잎 끝을 가까이 당겨 보리다.

- 엽록소의 불꽃은 언제나 밝은 것이지요. 어떻게 하면 저기 돌아다니고 있는 사람들에게 이 불꽃을 전해 줄 수 있을까요?

- 그 사람들은 어릴 때부터 교육을 받아 이미 알고 있소.

Đối thoại 2

- Tôi, hạ sỹ nhất, thuộc Sư đoàn 25 Tia Chớp Nhiệt Đới, Quân lực Việt Nam Cộng hòa, tử thương ngày 28/4/1975 tại căn cứ Đồng Dù.

- Tôi, trung sỹ, thuộc C5, Sư đoàn 320A, Quân đội Nhân dân Việt Nam, bị trúng đạn khi lái chiếc xe tăng T54 tiến vào mở cửa căn cứ.

- Lại gần đây, vũ khí chúng ta đã để lại trần gian.

- Hãy nhìn những người còn sống đang cùng nhau ăn cơm, đi cấy đi cày.

- Họ đã sống sót khi cùng chúng ta băng qua con đường máu.

- Gần 5 triệu người Việt cả hai phía đã chết, biết bao thương vong, chia lìa từ đầu cuộc chiến.

- Một nửa diện tích rừng bị phá hủy. Hàng vạn nạn nhân nhiễm chất độc da cam.

- Chúng ta mất đi cả những giá trị vô giá không thể nhìn thấy.

- Vậy có cần đi qua con đường máu này không?

대화 2

- 나는 일등 하사로, 베트남공화국[1] "열대번개" 제25보병사단 소속으로 1975년 4월 28일 동주[2] 기지에서 부상을 당해 사망했습니다.

- 나는 중사로, 베트남인민군 320A사단 C5소속으로, T54 탱크를 몰고 부대 문을 열고 진입하려다 총탄을 맞았습니다.

- 가까이 다가오자 우리는 무기를 땅에 내려놓았습니다.

- 들에 나가 함께 일하고 함께 먹으며 살아남은 사람들을 봅니다.

- 그들은 우리와 함께 피의 길을 통과하면서도 살아남은 사람들입니다.

- 베트남 양측에서 거의 5백만 명이 죽었고, 전쟁 초기부터 수많은 사람들이 부상당했고 이산가족이 되었습니다.

- 반 이상의 정글이 파괴되었고, 수만 명이 에이전트 오렌지[3]에 노출되었습니다.

- 또한 눈에 보이지 않는 무한한 가치의 것들을 잃어버렸습니다.

- 그러니 이 피의 길을 통과해야 할 필요가 있을까요?

- Vậy có cần đi qua?

- Vậy có cần?

- Vậy có.

- ...

Đối thoại 3

- Tháng 2 năm 1979, tôi bị lùa sang đây, gục ngã ngay trên cầu Bắc Luân này.

- Chúng tôi nhìn thấy viên chỉ huy của ông ra lệnh hất xác ông xuống sông Ka Long để rộng đường cho quân Trung Quốc tiến sang đất Việt.

- Vong linh tôi lúc ấy cũng nhìn thấy đôi mắt tôi trợn lên nhìn tên chỉ huy.

- Dân quân Việt Nam đã vớt xác ông tại bãi Chắn Coóng Pha vàchôncất.

- Ông còn căm thù Việt Nam?

- Trước khi sang đây tôi được tuyên truyền như vậy.

- Bằng sách vở, tài liệu, phim ảnh?

- 그러니 통과할 필요가 있을까요?

- 그러니 필요할까요?

- 그러니 필요있습니다.

- …

대화 3

- 1979년 2월, 나는 이끌려 이곳을 건넜습니다. 나는 바로 박루온[4] 다리에서 쓰러졌습니다.

- 우리는 베트남 영토로 진격하는 중국군에게 도로를 넓게 해 주려고 당신의 지휘관이 당신의 시신을 까롱강으로 던져 버리는 것을 목격했습니다.

- 그때 나의 망령은 내 두 눈이 그 지휘관을 쳐다보고 있는 것을 보았습니다.

- 베트남민병대가 짠꾸웅파[5] 모래톱에서 당신의 시신을 건져 장례를 치러 주었습니다.

- 당신은 아직도 베트남을 증오하고 있지요?

- 여기 오기 전, 나는 그렇게 교육을 받았습니다.

- 책자와 자료, 영상물을 통한 건가요?

- Không, các chính ủy Quân Giải phóng Nhân dân Trung Quốc đã phổ biến trực tiếp. Người lính chúng tôi thường ít được đọc sách.

- Thời nào chúng tôi cũng phải lấy máu xương xây chiến lũy ngăn chặn các ông.

- Khi chết đi tôi mới tỉnh táo hơn.

- Các ông là kẻ thù nham hiểm và thâm độc suốt bốn ngàn năm lịch sử của chúng tôi.

- Các vương triều chúng tôi ăn thịt người như vậy.

- Khi các ông hùng cường thường đi gieo tai họa cho người khác.

- Ông có phải đảng viên cộng sản không?

- Không cần hỏi thế. Các ông chỉ tôn sùng quyền lợi dân tộc hẹp hòi.

- ...

Đối thoại 4

- Không thể có một mô hình cho mọi xã hội.

- 아니오, 중국해방군 정치위원들이 우리한테 직접 말해주었지요. 우리 군인들은 책을 잘 읽지 않아요.

- 어느 시대고 당신들을 막아 내기 위해서 우리는 피를 흘리고 뼈를 깎아야만 했습니다.

- 죽어서야 내가 보다 명확히 깨달을 것 같습니다.

- 당신들은 우리의 4천년 역사를 통틀어 위험하고 사악한 원수였습니다.

- 우리의 왕조도 그와 같이 인간의 골육을 빼먹어 왔지요.

- 당신이 일단 강성해지면 보통 다른 사람들에게 재화(災禍)를 뿌리게 됩니다.

- 당신은 공산당원이지요?

- 그렇게 물어 볼 필요는 없지요. 당신들은 편협한 민족적인 권리만 칭송하는군요.

- …

대화 4

- 모든 사회를 위한 한 가지의 모형은 있을 수 없습니다.

- *Mỗi thời đại một lý tưởng.*

- *Chúng ta đang ở điểm cực tiểu của hình Sin.*

- *Không, đã bắt đầu một chu kỳ khác.*

- *Cần định nghĩa khác về độc lập, tự do, hạnh phúc?*

- *Dòng chảy cuộc sống đang lý giải.*

- *Bạn có thể nói rõ hơn về tự do không?*

- *Là bản năng sống còn của con người luôn trỗi dậy.*

- *Con người luôn có ý thức chống lại sự nô dịch của kẻ khác.*

- *Vậy tự do chính là cội nguồn sinh ra ý thức nhân quyền và thể chế dân chủ?*

- *Đúng. Hình như nó phụ thuộc vào sự cởi mở của thể chế?*

- *Không phải, chính sự khao khát tự do của mỗi con người sinh ra nhu cầu xây dựng nhà nước pháp quyền.*

- *Vậy thế nào là độc lập và hạnh phúc?*

- *Là hướng mở của tự do. Là chuỗi quan hệ mang tính*

- 매 시대마다 그 시대의 이상이 있기 때문입니다.

- 우리는 지금 변곡점의 최저점에 있습니다.

- 아니, 다른 순환기가 이미 시작되었습니다.

- 독립, 자유, 행복에 대한 다른 정의(定義)가 필요한가요?

- 삶의 물줄기가 답을 줄 것입니다.

- 당신은 자유에 대해 보다 상술할 수 있습니까?

- 자유는 항상 야기되고 있는 인간 삶의 본능입니다.

- 인간은 언제나 다른 사람들에 의해서 노역을 당하는 것에 대항할 의식을 가지고 있습니다.

- 그래서 자유가 바로 민주제도와 인권 의식을 탄생시키는 뿌리라는 것이지요?

- 맞습니다. 자유는 마치 체제의 개방성에 달려있다는 것인가요?

- 아닙니다. 개개인의 자유에 대한 갈망이 바로 법치 국가를 건설하고자하는 요구를 낳게 만드는 것입니다.

- 그러면 독립과 행복은 어떤가요?

- 독립과 행복은 자유의 지향점이지요. 그리고 인과의 성질을

hệ quả.

- *Độc lập là cái giá phải trả đắt nhất?*

- *Chúng ta đã phải hy sinh mấy thế hệ để có được khái niệm này.*

- *Hình như nó lại lung lay khi toàn cầu hóa.*

- *Cần thêm một lần đổi mới khái niệm.*

- *Bạn có thấy mình được tự do?*

- *Không có tự do ngay cả quyền kêu đau.*

Đối thoại 5

- *Tôi là một giọt nước.*

- *Chúng ta hòa vào nhau thành giọt nước lớn.*

- *Không. Chúng ta hòa thuận bên nhau và luôn tách rời.*

- *Vậy trí tuệ và tâm hồn chúng ta có biên giới?*

- *Xã hội văn minh là tổng hòa những con người có cái tôi khác nhau và tâm hồn khác biệt.*

갖는 사슬 관계입니다.

- 독립은 가장 비싸게 대가를 치러야 얻을 수 있는 건가요?

- 우리는 이 독립을 얻기 위하여 몇 세대를 희생해야만 했습니다.

- 세계화 과정에서 위태로워지기도 했었습니다.

- 그 개념은 한 번 더 새롭게 할 필요가 있습니다.

- 당신은 자신이 자유롭다고 생각하나요?

- 고통을 호소할 자유조차도 없는데.

대화 5

- 나는 물방울.

- 우리는 서로 뭉쳐 큰물을 이룹니다.

- 아니. 우리는 옆 사람과 서로 화합하고 또 항상 헤어집니다.

- 그러니 우리의 지혜와 심혼(心魂)은 경계가 있을까요?

- 문명사회는 서로 다른 자아(自我) 와 심혼(心魂)을 가진 인간들의 총화(總和)입니다.

- Đó phải chăng là nền tảng của nhân quyền?

- Mỗi giọt nước đều có quyền cất tiếng.

- Đều được bình đẳng, tự do.

- Tôi tồn tại bằng hồng ân thiên chúa.

- Tôi được soi sáng bằng màu nhiệm của Đức Phật.

- Người khác hầu đồng trước cửa Mẫu linh thiêng.

- Tôi trân trọng mọi sự lựa chọn!

- 그것이 인권의 기초가 아닐까요?

- 물방울마다 모두 제 목소리를 낼 권리가 있습니다.

- 모두 평등과 자유를 누릴 수 있습니다.

- 나는 하나님의 자비함으로 존재합니다.

- 나는 부처님의 경이로움으로 교화되었습니다.

- 다른 사람들은 신령한 성모(聖母)의 문 앞 강령회에 참석하였습니다.

- 나는 모든 선택을 존중합니다!

---

1) 베트남공화국: 1955년 10월 26일부터 1975년 4월 30일까지 북위 17도 베트남 군사분계선 이남에 존재했던 나라로, 군사분계선 이북의 베트남민주공화국(북베트남)과 대치하였다. 베트남은 제1차 인도차이나전쟁이 종결되면서 프랑스와 비엣민의 휴전으로 1954년 체결된 제네바협정에 따라 분단되었다. 그러나 호찌민 주석이 이끄는 비엣민은 이를 거부하고 베트남의 완전한 독립을 얻을 때까지 투쟁하였다.
2) 동주(Đồng Dù): 1975년 이전에 사이곤(현재의 호찌민시)에서 서북쪽으로 60km떨어진 꾸찌(Củ Chi)현에 있었던 베트남공화국과 미군의 군사기지.
3) 에이젼트 오렌지(Agent Orange)는 베트남전쟁 중 정글 고사 작전의 일환으로 미군에 의해 사용된 고엽제 중 하나의 암호명을 말한다.
4) 박루온(Bắc Luân)교: 베트남 꾸왕닌(Quảng Ninh)성과 중국 꽝시(廣西)성 사이를 흐르며 국경을 이루는 까롱(Ka Long.)강을 가로지르는 다리 이름. 까롱강을 중국에서는 박루온 강이라고 함.
5) 짠꾸웅파(Chắn Coóng Pha): 꾸왕닌성, 몽까이, 하이선면, 탄푼 마을에 있는 모래톱으로, 이 곳은 까롱강과 박루온강이 합쳐지는 유역이다.

제7장 : 모델

어떻게 하면 저기 돌아다니고 있는 사람들에게
이 불꽃을 전해 줄 수 있을까요?

MÔ HÌNH

Mô hình 1

Những năm sáu mươi thế kỷ trước, nhiều gia đình người Việt ở miền Bắc được phát miễn phí những cuốn họa báo Trung Quốc. Đến giờ tôi vẫn nhớ hình ảnh những công nông binh trong đó mặt mũi hồng hào. Họ luôn cầm liềm hái, cầm vũ khí và trước tác của Mao Chủ tịch. Anh em chúng tôi chia nhau cắt những hình người trong cuốn họa báo dán lên vách liếp. Em tôi còn dán lên cửa ra vào trong những ngày cuối năm.

Hồi ấy tôi thường theo bố mẹ ra đồng sau tiếng kẻng của hợp tác xã. Chúng tôi đi làm để lấy công ghi vào sổ điểm. Thi thoảng lại có hội thi, thi cày bừa, thi cấy lúa, thi đổ phân, thi gặt hái⋯ Hội thi nào cũng có cờ, trống phách và biểu ngữ. Một nhóm người đứng trên bờ theo

모델

모델 1

지난 세기의 60년대에, 북부 베트남의 많은 베트남 사람들 가정에서는 정기적으로 중국 만화책을 공짜로 받아 보았습니다. 나는 지금까지도 만화책 속에 나오는 건강한 얼굴을 한 노동자, 농민, 병사들을 기억합니다. 그들은 항상 낫을 들고, 무기와 마오(毛)주의 작품을 손에 들고 있었습니다. 우리 형제들은 서로 만화책 속 사람들을 오려 내어 풀칠을 하여 벽에 붙였습니다. 내 동생은 연말이 되면 그림을 오려 출입문에 붙이기도 했습니다.

돌이켜보면, 협동농장의 종소리가 울리면 나는 부모님을 따라 들판으로 나가곤 했습니다. 우리는 성적부에 기재하기 위해 일하러 나갔습니다. 이따금씩 쟁기로 논갈기 대회, 모심기 대회, 거름주기 대회, 벼베기 대회… 시합이 있었습니다. 시합 때마다 언제고 깃발이 나부끼고, 북과 슬로건이 빠지지 않았습니다. 제

dõi, động viên, cổ vũ rất to. Bác chủ nhiệm hợp tác xã khi ấy hao hao giống một người trong trang họa báo.

Mô hình 2

Năm cuối cùng ở đại học tôi bị đánh trượt môn Chính trị, bài thi về tinh thần làm chủ tập thể. Tôi đã mang theo nhiều tài liệu để quay cóp, ghi những ý chính vào bàn tay và gan bàn chân, trao đổi với cả bàn trước bàn sau mà vẫn trượt. Năm sau tôi vô tình gặp lại thầy giáo dạy môn đó trong quán beer hơi. Thầy thú nhận bây giờ mình cũng không còn nhớ nội dung bài giảng. Thầy kể dạo ấy trước giờ lên lớp, ông thường dành nhiều thời gian để học thuộc từng trang giáo án. Hôm sau thầy lại quên ngay. Khi không còn khả năng học thuộc lòng những trang giáo án, thầy đành chấp nhận về hưu. Thầy trò tôi hôm đó uống say, lúc ra đường cùng đi thẳng vào chiếc cột điện ở góc phố.

방에 서 있는 한 무리의 사람들은 감시하고, 큰 소리로 응원하였습니다. 협동농장 책임자 아저씨는 만화책에서 보았던 인물과 어딘가 좀 닮아 보였습니다.

모델 2

　대학 졸업연도에 나는 정치 과목에서 낙제하였는데, 그 과목의 시험 문제는 공동체 정신에 관한 것이었습니다. 컨닝하려고 많은 자료를 가져가고, 손바닥과 발바닥에 주요 내용을 적어가고, 앞뒤 책상의 학생들과 답을 교환했음에도 낙제하였습니다. 이듬해에 생맥주 집에서 정치학을 가르친 선생님을 우연히 만날 기회가 있었습니다. 당시 선생님은 세월이 흘러 자신이 강의했던 내용을 기억하지 못한다고 시인했습니다. 선생님은 강의하기 전에 교안을 암기하기 위하여 많은 시간을 투자했었다고 말씀하셨습니다. 선생님은 강의 다음 날이면 외운 것을 다 잊어버렸습니다. 선생님은 교안을 암기할 능력이 없어지자 퇴직하셨습니다. 그날 선생님과 나는 취하도록 마셨고, 맥주 집을 나서서 길모퉁이에 있는 전봇대까지 함께 똑바로 걸어갔습니다.

Mô hình 3

Để giữ trật tự, an toàn xã hội, chúng tôi được phân công người này theo dõi người kia. Tất nhiên tôi không thể biết ai đang theo dõi mình. Tôi có trách nhiệm theo dõi một người hàng xóm. Buổi sáng ông ấy thường đi xe máy đến chỗ làm, đến chiều thì ngược lại. Tôi đã bám theo ông ta và ghi chép từng cử động nhỏ. Nhưng điên tiết là lúc ông ấy đóng cửa đi ngủ. Không biết ông đã trao đổi với người nhà ra sao và thực hiện những cử động gì trong bóng tối? Đến khi họp tổ dân phố, tôi đã tự giác đứng lên kiểm điểm thành khẩn, tự nhận mình sai, thiếu sắc bén, duy ý chí. Để giữ nguyên tắc bí mật cho hoạt động lâu dài, tôi không nói tên đối tượng được phân công theo dõi và công việc cụ thể, chỉ chọn phát ngôn những tính từ hào sảng chung chung.

Mô hình 4

Tôi được mời vào tổ tư vấn quy hoạch khu phố. Tài liệu tham khảo duy nhất là một tấm ảnh đen trắng cỡ

모델 3

사회의 안전과 질서를 유지하기 위하여 우리는 서로서로 감시할 의무를 지시받았습니다. 물론 우리는 누가 내 자신을 감사하고 있는지 알 수는 없었습니다. 나는 한 이웃사람을 감시하는 책임을 맡았습니다. 아침에 그 영감은 보통 오토바이를 타고 일터로 갔다가 오후가 되면 반대로 집으로 되돌아 왔습니다. 나는 그 영감을 따라가 그의 행동거지를 자세히 기록하곤 하였습니다. 그러나 그가 문을 잠그고 잠을 잘 때면 나는 극도로 화가 치밀어 올랐습니다. 어둠 속에서 집안사람들과 무슨 이야기를 나누는지, 무슨 짓을 하는지 누가 알겠습니까? 반상회의를 할 때, 나는 자진해서 일어나 진솔하게 자아비판을 했고, 내가 잘못한 점, 의지가 부족했고, 철저하지 못한 나의 잘못을 시인했습니다. 장기간 활동을 위해 비밀유지 원칙을 지키기 위해 구체적인 임무와 감시 대상의 이름을 말하지 않았고, 일반적이면서 멋진 형용사들만 선택하여 발표하였습니다.

모델 4

나는 도시계획 자문위원으로 추대되었습니다. 참고자료로는 6x12cm짜리 흑백사진이 유일하였습니다. 우리는 사진을 돌

6x12cm. Chúng tôi thay nhau nghiên cứu rồi tự phác thảo mô hình. Tôi xoay dọc xoay ngang tấm ảnh mà vẫn chưa tìm được chi tiết nào phù hợp. Tổ tư vấn sau đó đã họp nhiều lần nhưng vẫn không tìm ra phương án tối ưu. Dự án ấy rồi mọi người cũng quên dần. Mấy năm sau trong khu phố tôi không còn ai nhắc đến tổ tư vấn nữa.

Mô hình 5

Đêm qua tôi mơ thấy ngôi nhà khang trang, thoáng mát tọa lạc bên bờ nước. Không gian trong lành không bị ô nhiễm. Nước uống và thực phẩm đảm bảo vệ sinh. Tôi đã cùng người thân đi vào trong nhà. Thật lạ lùng, phía sau nhà lại thông với nhiều con đường. Chúng tôi chọn một lối đi bất kỳ, càng vào sâu càng mờ mịt. Có lúc chúng tôi va vào nhau, vấp phải đồ đạc của ai đó kê lộn xộn ra tận lề đường. Đi vào tận cùng con đường tối ấy tôi đã nhận ra chiếc giường vừa đưa tôi chu du vào giấc mộng. Hóa ra nơi khang trang kia là ngôi nhà hình mẫu. Chúng nằm ngay lối ra của những con đường.

려가며 보고 나서 모형을 스케치하였습니다. 나는 사진을 이리 보고 저리 보고 했음에도 도무지 상세한 것을 찾아볼 수가 없었습니다. 자문단은 몇 차례 회의를 했었지만 여전히 만족할 만한 방안을 찾지는 못했습니다. 그리고는 모든 사람들의 머릿속에서 그 계획은 점차로 잊혀져갔습니다. 몇 년이 지나자 지역에서 어느 누구도 자문위원회에 대해서 언급하는 사람은 없었습니다.

모델 5

어젯밤 나는 제방 옆에 있는 통풍이 잘되는 널찍한 집에 사는 꿈을 꾸었습니다. 오염되지 않은 맑은 공기였습니다. 마실 물과 식품은 위생적이었습니다. 가족들과 함께 집안으로 들어갔습니다. 이상하게도 뒤편은 여러 갈래의 길과 통해 있었습니다. 어찌되었든 우리는 한 길을 택했고, 길은 들어갈수록 점점 더 캄캄해졌습니다. 우리는 때때로 길가에 아무렇게나 내팽개쳐진 그 누군가의 가구를 넘으며 휘청거리고 서로 부딪치기도 하였습니다. 그 어둠의 길 끝자락에서 나를 꿈속으로 헤매게 했던 침대를 알아보았습니다. 그 널찍한 집은 모델하우스였습니다. 집은 여러 갈래의 길 바로 끝자락에 있었던 것입니다.

Mô hình 6

Quầng sáng trong giấc mơ mờ ảo phía xa, muốn đến đó phải vượt qua một chiếc cổng lửa. Nhiều người đã lao vào thử sức, nhưng không ai có thể vượt qua. Riêng tôi quyết tâm đến đó. Trước khi lao qua tôi đã xác định tư tưởng, luyện rèn ý chí. Cuối cùng tôi cũng đã vượt qua được chiếc vòng lửa kia. Nhưng thân thể tôi bị cháy thui, râu tóc không còn. Phía sau quầng sáng ấy hóa ra chỉ là một bãi đất hoang. Những con chuột từng bị thui, may mắn sống sót chạy ra mừng rỡ đón tôi. Từ đấy tôi làm vua trong vương quốc chuột.

Mô hình 7

Một công trình khoa học giả tưởng. Các nhà khoa học có thể lai nhiều giống quả trên cùng một thân cây. Nhiều quả ngọt nằm chung trong một trái lớn, được ngăn cách bằng một lớp màng. Mọi người đã đưa về trung tâm khoa học này nhiều giống cây trồng ưa thích, từ cam quýt, nhãn, chanh đào, mơ, nhót, thị, quất hồng

모델 6

꿈의 광환(光環)은 저 멀리 희미하게 사라졌습니다. 그 광환
에 도달하려면 불의 대문을 통해야만 합니다. 많은 사람들이 노
력했지만, 누구도 통과하지 못하였습니다. 나는 그 곳에 가기
로 결심했습니다. 대문을 통과하기 전 나는 마음을 굳히고 의지
를 다졌습니다. 드디어, 나는 불의 테두리를 통과했습니다. 그러
나 온몸이 불에 타서 수염과 머리카락이 남아있지 않았습니다.
광환의 뒤에는 단지 황무지뿐이었습니다. 쥐들은 타 죽었고, 운
좋게 살아남은 몇 마리는 달려 나와 나를 반겼습니다. 그로부터
나는 쥐 왕국의 왕이 되었습니다.

모델 7

공상과학 연구가 있었습니다. 과학자들은 한 나무에서 많은
다른 결실을 얻을 수 있도록 교배시켰습니다. 큰 과일 내부에는
함께 자란 달콤한 많은 과일들이 들어가고 한 얇은 막(膜)으로
서로 분리되어 있습니다. 모든 사람들이 좋아하는 많은 열매를
이 연구센터로 가지고 옵니다. 북쪽의 감귤, 용안육, 레몬, 살구,
야생 올리브, 노란사과, 웜피(wampee)로부터, 남쪽의 자두, 망

bì miền Bắc, đến mận, xoài, chôm chôm, mít, bưởi, dâu, sầu riêng, vú sữa phương Nam. Nhưng đến khi trái chín thì lớp vỏ bên ngoài chỉ hiện lên một màu hồng rực. Vẫn chưa ai nghĩ ra cách thay đổi từng phần lớp vỏ cho phù hợp với chủng loại bên trong.

Mô hình 8

Phương án ngôi nhà hình tổ chim treo trên cây. Xung quanh được bện bằng dây thép gai, lắp đặt các thiết bị trinh sát điện tử, rađa, máy cảm ứng âm thanh, cảm ứng địa chấn··· Ngôi nhà giống một căn cứ quân sự hiện đại bậc nhất hiện thời, lại giống cả hang ổ loài khủng long xa xưa đã tuyệt chủng. Theo lý thuyết, ngôi nhà là thiên đường trên trái đất, nơi bất khả xâm phạm, vĩnh viễn không có kẻ thù. Theo thiết kế, chiếc tổ chim khổng lồ kia phải đặt trên cây. Ngay từ hôm nay, mọi người sẽ tích cực trồng cây, hăng say chăm bón cho cả những mầm xanh bé tí.

고, 람브탄, 잭후르트(jackfruit), 자몽, 딸기, 두리안, 부스어까지. 그러나 과일은 익으면 껍질은 밝은 붉은 색 한 가지 색만 띱니다. 여전히 아무도 껍질 색을 내부와 부합하게 변화시킬 방법을 생각하지 못했습니다.

모델 8

　모델하우스는 나무 위에 걸린 새집 모양을 하고 있었습니다. 주변은 철조망이 쳐졌고, 전자 정찰설비가 장착되고, 레이다, 음향탐지기, 지진탐지기… 가 장착되었습니다. 집은 현대화된 1급 군사 기지 같았고, 먼 옛날에 멸종된 공룡의 동굴 같았습니다. 이론적으로 집은 지구상에 있는 천당이며, 불가침 지역으로, 영원히 적이 없습니다. 설계를 보면, 그 거대한 새 둥우리는 나무에 있어야만 했습니다. 바로 오늘부터, 모든 사람들이 적극적으로 식목을 할 것이고, 조그만 푸른 새싹이라도 돌보려고 열을 올릴 것입니다.

제8장 : 꿈

행복은 마치 바다를 헤엄치는 고기와
공중을 나는 새와 같습니다.

GIẤC MƠ

Mọi người vội vã nép vào bóng tối quan sát dòng sông đỏ tươi chảy về chậm chạp hiền hòa. Trống ngực họ đập dồn, lo âu, khấp khởi. Những câu hỏi hoài nghi nhanh chóng lan đi trong đêm như mật lệnh chuẩn bị cho trận đánh lớn. Phải chăng đây là cuộc tắm máu báo thù? Đời sống chúng ta chắc sẽ bị nhấn chìm trong biển đỏ?

Máu điềm nhiên từng bước khoan dung, bình an tựa hơi thở của bé thơ đang ngủ. Máu chạm vào khoảng không, vào địa danh lịch sử, như con trăn khổng lồ nhẹ nhàng trườn qua phiến đá. Tựa trái bóng tròn lăn trên sân cỏ. Hạt mưa gọi nhau tụ lại chảy vào đất trũng.

Viên phấn vừa mới đặt bên tấm bảng. Máu đã đến khai mở nhãn quan, đánh thức vùng não suy tư mẫn tiệp, để mỗi người tự mình nhận biết, tự tay cầm lấy viên phấn viết

꿈

모든 사람들이 유유히 흐르는 붉은 강줄기를 관찰하려고 서둘러 어둠 속으로 뛰어듭니다. 그들의 심장은 걱정뿐만이 아니라 기쁨으로 요동칩니다. 회의적인 질문들이 밤새도록 다가올 때 대전투를 대비하는 밀명(密命)처럼 빠르게 퍼져나갑니다. 이것이 복수의 대혈전이 아닐까요? 우리의 삶은 붉은 바다 속으로 침잠될 것이 아닌가요?

피는 잠자는 어린아이의 숨소리처럼 편안하고 관용의 흐름을 따라 서서히 흐릅니다. 피는 창공을 파고들고, 역사적인 지명을 파고듭니다. 마치 대형 비단뱀이 돌 위를 기어가듯이. 공이 잔디밭을 굴러가듯이. 빗방울이 서로서로 불러 모아 함께 낮은 곳으로 흘러 내려가듯이.

분필 조각이 흑판 옆에 막 놓였습니다. 사람들이 각자 스스로 깨닫고, 분필을 손에 들고 글자를 쓰도록 하기 위하여, 피가 정신적인 감각을 깨우고, 생각을 민첩하게 반영하는 뇌의 영역

lại từng nét chữ. Tập đọc một câu giản đơn cho tròn vành rõ chữ. Biết viết hoa tên Tổ quốc, tên mình.

Máu tìm về mùa màng khai hoa kết nhụy. Lúa trĩu bông. Khoai to củ. Ngô mẩy hạt. Gia súc, gia cầm lông mượt. Cá nhảy lao xao sông suối, ao hồ. Máu đưa những ngón tay gieo từng cây mạ, tra lại hạt ngô trên đất mỡ mầu.

Máu dịu dàng chảy qua thềm rêu, lay động từng thân cỏ dại. Làm mặt đất rùng mình, tựa những con lươn, con trạch bị sát muối trước khi làm thịt. Máu bình thản lan đi, mang quyền uy và linh thiêng của những giấc mơ. Những trung đội, tiểu đội từng bị pháo cối, hỏa tiễn vùi lấp. Giờ các anh đang đội đất đứng dậy như binh chủng đặc biệt hóa trang. Các anh vẫn đi theo hàng ngũ về làng, tìm về từng căn nhà cũ. Diệu kỳ thay người thân yêu cùng hàng xóm của các anh không thiếu một ai. Mâm cơm dọn ra đón các anh không phải những đồ tế lễ trong ngày cúng giỗ, mà thức ăn đạm bạc quê nhà, có canh cua rau đay và đĩa cà pháo.

을 깨웠습니다. 간단한 문장을 명확하게 읽는 법을 배웁니다. 조국의 이름과 자신의 이름을 쓸 줄 알아야 합니다.

피가 개화기로 되돌아옵니다. 벼는 여물어 고개를 숙입니다. 고구마는 씨알이 굵어져 갑니다. 옥수수는 통통해집니다. 가축과 가금(家禽)은 솜털에 빛이 납니다. 물고기는 강과 개천, 연못과 호수에서 튀어 오릅니다. 피는 가는 손가락으로 볏모를 나르게 하고, 기름진 땅에서 여문 옥수수를 만져 보게 합니다.

피는 갈대밭을 지나 야생 풀대를 흔들어 가며 부드럽게 흘러갑니다. 피가 땅을 흔듭니다. 마치 장어나 미꾸라지가 소금이 뿌려져 죽기 전에 몸부림을 치듯이. 피는 꿈의 신령함과 권위를 가지고 조용히 퍼져 나갑니다. 중대, 소대 병사들은 박격포와 로켓탄을 맞고 땅에 묻힙니다. 이제, 병사들은 마치 특별한 위장이나 한듯이 땅에서 일어납니다. 그들은 여전히 대오를 맞추어 행진하며 고향으로 돌아가 옛집을 찾았습니다. 그들의 사랑하는 사람들과 이웃 사람들 누구 하나 없는 사람이 없다는 게 신기하기만 합니다. 그들을 대접하는 음식들은 제삿날에 먹는 음식은 아니었지만 게살 야채국과 가지장아찌로 차린 담백한 고향의 음식이었습니다.

Dòng máu đổ dồn diệp lục vào những tán cây, đu giật, rũ sạch. Mọi trạng thái bắt đầu đảo lộn, những cơn đồng thiếp tự vỗ vào mặt mình tỉnh lại, mọi thói quen trơ lỳ bỗng chốc được say mê. Tiếng con chim lạ cất lên báo hiệu chuyển động lạ kỳ trong đất. Con giun cố đào thêm tầng nữa cho lòng đất xốp. Con ếch cốm tìm thấy ánh trăng cất tiếng gọi mẹ dịu dàng. Con nhạn biển rủ bạn tình vượt qua đại dương.

Những trái non từng bị hái lượm giờ đây được tái hiện trong vòm cây chờ ngày thơm ngọt. Những bông hoa trái chín từng bị sâu đục, chim khoét đang rùng mình vì được tái sinh. Những thân cây từng bị cưa ngang đã tự nhiên nối lại. Nhựa cây cuộn chảy xuyên qua những thân gỗ mục, dâng tỏa trong không gian mùi lá mới và rễ cây quen thuộc cay nồng. Mỗi thân cây được tôn trọng, bảo vệ như một sinh thể. Mỗi con người được hưởng tự do, nhân quyền, danh dự. Cây lá và con người vì nhau quấn quýt tốt tươi.

Lũ chim chóc, muông thú còn sống sót dìu nhau về nhận máu, như nhận họ hàng thân thuộc sau cơn tao

엽록소에 쏟아진 핏줄기는 나무 잎자루로 흘러들어 뒤흔들어 놓고 정결케 합니다. 모든 상태가 뒤죽박죽이 되기 시작했고, 마법으로 스스로 자신의 얼굴을 때려 정신 차리고, 뻔뻔하고 낯두꺼운 습관들이 순간적으로 인기를 독차지합니다. 이름 모를 새소리가 지구 내부에 엄청난 진동의 신호가 됩니다. 지렁이는 땅을 한층 깊이 파서 부드럽게 합니다. 청개구리는 달빛을 찾아 애정으로 어미를 부릅니다. 바다 제비갈매기는 먼 바다를 함께 건너갈 짝을 부릅니다.

제철이 오기 전에 땄던 설익은 과일은 이제 나무에 다시 달려서 무르익어 달고 향기로운 날이 오기를 기다립니다. 벌레가 먹었거나 새들이 쪼아댔던 꽃과 과일은 다시 태어났음에 전율합니다. 톱에 잘렸던 나무는 저절로 다시 이어집니다. 수액(樹液)은 죽은 나무줄기로 흘러가 어린 잎새와 나무뿌리의 향기를 흩뿌려 주고, 신랄한 냄새를 방출합니다. 모든 나무는 한 생명체와 같이 대접받으며 보호를 받습니다. 모든 사람들은 자유, 인권, 명예를 누립니다. 초목과 인간은 가까이서 서로를 위해 사이좋게 공존합니다.

아직 살아남은 조류와 야생동물들은 마치 격변, 이별 뒤에 가까운 친척을 맞이하듯이 수혈을 하려고 무리를 지어갑니다.

loạn, chia lìa. Chúng mang theo những khấu đuôi, chiếc mỏ, cặp sừng, răng nanh, móng vuốt của đồng loại từng bị săn bắt, từng bị giết hại đặt bên lối đi của những dòng sông, rồi quỳ mọp phủ phục đợi chờ. Máu đã đến hân hoan tái sinh từng lớp lông mao, lông vũ. Làm ấm nóng từng tế bào, tuyến mồ hôi, những lớp biểu bì.

Máu buông tay cho muông thú tự do chạy về nơi hoang dã, cho chim chóc vỗ cánh lên trời rộng. Thả vào đại dương những con giống thủy sản, rong rêu, thực vật phù du. Cho cả lũ gia cầm thi nhau đẻ trứng, tìm mồi, bơi lội phởn phơ.

Mọi người và tôi bắt đầu thở mạnh, không còn sợ hãi. Chúng tôi bỗng chốc có cùng nhóm máu, cùng nằm yên cho dòng sông đỏ tươi ấm nóng đi qua. Vẫn là tôi nhưng đêm nay đã khác. Độc lập, tự do như côn trùng, muông thú. Hạnh phúc như cá bơi trong biển hồ và chim chóc trên không.

그들은 사냥을 당해 부상당했거나 죽어서 강줄기의 길에 버려
졌던 종족들의 잘린 꼬리, 부리, 뿔, 엄니, 발톱들을 가지고 와서
무릎 꿇고 기다리고 있습니다. 피가 도착해서 솜털과 깃털을 소
생(蘇生)시키고, 각 세포에 에너지를 주고 표피층에 땀을 전해
줍니다.

피는 동물들을 황야로 자유롭게 달려가게 하고, 조류를 드넓
은 하늘로 날개 치며 날아오르게 하고, 해양생물, 해조류, 부유
식물들을 대양으로 나가게 놓아줍니다. 피는 가금류가 다투어
알을 낳게 하고, 먹이를 찾고, 행복한 유영(游泳)을 하게 해줍니
다.

모든 사람들과 나는 힘찬 숨을 쉬기 시작하고, 더 이상의 두
려움은 없습니다. 갑자기 우리는 모두 같은 혈액형을 갖습니다.
우리 모두가 편안히 누워 뜨거운 붉은 강줄기가 흘러가게 합니
다. 여전히 나는 나지만 오늘 밤은 다릅니다. 독립과 자유는 마
치 곤충과 동물과 같습니다. 행복은 마치 바다를 헤엄치는 고기
와 공중을 나는 새와 같습니다.

제9장 : 속편(續篇)

눈도 깜박이지 않고 실명을 겁내지 않고
태양을 감히 똑바로 쳐다봅니다.

KẾT NỐI

Nước bắt đầu chảy vào miệng mỗi người mang theo hồn vía tổ tiên, linh khí đất đai. Mỗi cá thể hợp lưu dòng chảy, sắc màu tương phản hòa vào thủy triều dâng lên ứ nghẹn phù sa.

Dòng chảy mới tái sinh những mùa giao phối, đẻ trứng và cấy ghép. Máu hồng nuôi dưỡng bào thai, ấp ủ mầm hạt. Cho cây cối đơm hoa, nảy lộc cùng muôn loài động vật sinh sôi.

Tâm linh và cơ điện vi mô. Kinh mạch và kiến trúc phần mềm. Những dữ liệu cấu trúc và phi cấu trúc tâm linh, vật chất. Những mặt người, muông thú, cỏ cây được liên thông suốt chiều dài lịch đại và khoảng không đồng đại.

속편(續篇)

물이 조상의 혼백(魂魄)과 땅의 영기(靈氣)를 가지고, 모든 인간들의 입으로 흐르기 시작했습니다. 개체마다 모두 물 흐름에 합류하고, 상반되는 색채는 썩은 부사토 위로 밀려오는 조류에 합쳐집니다.

새로운 흐름이 산란과 접목, 교배기를 되살려 냅니다. 붉은 피가 태아를 발육시키고, 씨앗을 싹트게 합니다. 나무가 꽃을 피우고, 만 가지 동물을 번식하게 합니다.

심령과 초소형 회로. 경맥(經脈)과 소프트웨어의 건축. 데이터베이스 구축과 심령과 물질의 데이터베이스 비 구축. 인간의 얼굴, 동물, 식물은 연대기적으로나 동시대적으로 서로 상통합니다.

Những vong linh dữ liệu chờ được giải nén, giục giã người đương thời không nên chậm trễ, loay hoay một chỗ.

Các nhân vật hiện trên cửa sổ giao diện trỗi dậy tái sinh, chọn lại những giá trị khác. Con đường khác. Triết thuyết khác. Lối rẽ khác. Thần tượng khác. Mô hình khác. Độc lập khác. Tự do khác. Hạnh phúc khác. Ý chí khác. Cảm xúc khác.

Bông cỏ may im lặng đã lâu, nay bỗng nhiên xuất hiện ở góc trái màn hình. Nó cất tiếng ngân dài giống tín hiệu cảnh báo máy tính đã bị nhiễm virus: Chúng ta đã qua một thời tái chế! Tín hiệu ấy không làm mọi người tức giận hay choáng váng, bởi giờ đây ai cũng biết mình không phải vật liệu cơ bản, nguyên liệu thô.

Bông cỏ may vô danh đã tạo được hiệu ứng domino, đẩy hàng loạt quân cờ sụp đổ. Một nhân vật không rõ mặt vừa đứng lên tự nhận mình là con dao cùn. Rồi đến nhân vật thứ hai, thứ ba, và tiếp nữa. Như những tiếng xưng danh trong hàng quân bất tận lan đi. Mọi người lần lượt tự

　데이터의 망령들은 압축이 풀리기를 기다리며, 현대 인간들에게 주저하지 말라고 그리고 한 곳을 너무 오랫동안 엉망으로 만들지 말라고 촉구합니다.

　등장인물들이 마치 재탄생하듯이 인간 인터페이스 창에 등장하고, 다른 가치를 추구합니다. 다른 노선을, 다른 철학을. 다른 분기점을. 다른 신상(神像)을. 다른 모형을. 다른 독립을. 다른 자유를. 다른 행복을. 다른 의지를. 다른 감정을.

　바늘풀꽃이 오랫동안 침묵했다가 이제서야 갑자기 스크린의 왼쪽 모퉁이에 출현했습니다. 바이러스에 오염된 컴퓨터가 경고음을 내듯 긴 진동음을 방출합니다. 우리는 재처리 시대를 지내왔다! 그러한 신호는 사람들을 화나게 하지도 어리벙벙하게 하지도 않습니다. 왜냐하면 이제 모든 사람들이 자신이 기본 물질도 아니고 원재료도 아니라는 것을 알고 있기 때문입니다.

　무명의 바늘풀꽃은 도미노 효과를 불러일으켰고, 장기판의 많은 기물들을 밀어 쓰러트렸습니다. 얼굴이 알려지지 않은 한 인물이 막 등장하여 자신은 무딘 칼이라고 스스로 인정합니다. 그리고 뒤를 이어 계속해서 두 번째, 세 번째 인물이 등장합니다. 마치 행군 중에 끝없이 퍼져가는 인원 파악 소리처럼. 사람

thú từng là giẻ lau, chổi cùn, hót rác, quyển sách long gáy, chiếc ghế gãy một chân, bàn là chập điện. Tự nhận mình là tấm chăn đã rách, đôi giày há mõm, bộ quần áo lỗi thời, chiếc hộp nhựa lâu năm dính đầy bụi bẩn. Giờ tất cả đang tự giác đến nơi tập kết để được phân loại, bị tiêu hủy, hoặc đợi tái sinh.

Mỗi file lưu trữ lần lượt hiện lên như nấm mộ. Có ngôi mộ được xây cất, tô vẽ cầu kỳ và cả những nấm mộ bỏ hoang. Màn hình rộn ràng làm nên một ngày Thanh minh với hương khói cùng ngổn ngang lễ vật. Bác chủ nhiệm hợp tác xã thuở nào vừa tái hiện, ngỡ ngàng kết nối với nhà tiên tri, tổ tư vấn, diễn viên bôi mặt trắng⋯ Thầy giáo dậy môn chính trị gặp những người lính từ hai chiến tuyến. Phòng biệt giam vừa được thay khóa canh giữ những tử tù.

Miếng thịt sống cũng biết được thông tin từ ngôi nhà tổ chim, vương quốc chuột, chiếc giường hẹp. Miếng thịt cũng hân hoan nhìn lại cái lỗ ẩm mốc cuối chân tường. Con tò vò trong ấy vừa bất chợt hiện trên các giao diện màn hình, mở cánh cửa vào kho trí nhớ, có thể đọc được

들은 번갈아가며 자신들이 걸레, 몽당 빗자루, 쓰레받기, 뜯어진 책, 다리 한 개가 부러진 의자, 전기가 합선된 다리미였었다고 고백합니다. 스스로 자신이 찢어진 이불, 찢어져 입을 벌린 신발, 유행이 지난 의복, 수 년 간 먼지로 뒤범벅인 된 채로 있는 플라스틱 통이라고 고백합니다. 이제 그들 모두가 분류되어 소각되거나 재처리되기 위해 집결지로 모입니다.

저장된 파일이 무덤처럼 차례로 나타납니다. 정성스레 조성되고 꾸며진 무덤도 있고, 방치된 무덤도 있습니다. 스크린은 청명절(淸明 節)을 맞아 대충 차려진 제물과 향 연기로 가득 차 떠들썩해집니다. 협동조합 주임 영감이 다시 출현해 놀랍게도 선지자, 자문단, 하얗게 분장한 배우…와 연결을 해줍니다. 정치를 가르치는 선생님이 두 전선으로부터 온 병사들을 만납니다. 사형수들을 감금한 독방 자물쇠가 방금 교체되었습니다.

생고기 조각도 새 둥지, 쥐 왕국과 좁은 침대에 관한 소식을 압니다. 살 조각은 벽 끝에 난 곰팡이 냄새나는 구멍을 즐겁게 뒤돌아봅니다. 구멍 안에 있던 장수말벌이 갑자기 스크린에 출현해 문을 열고 아직 암호를 해독할 수 없는 희귀한 자료를 읽을 수 있는 메모리 창으로 들어갑니다. 이제는 장수말벌이 문제

nhiều tài liệu quý hiếm chưa được giải mã. Con tò vò bây giờ là đầu mối, tử huyệt, là chìa khóa vạn năng.

Những vong linh nhọ nhem vừa khó nhọc chui qua ống khói đài hóa thân hoàn vũ, lò sát sinh, những nhà máy xử lý rác thải. Họ mang theo cả lý tưởng dở dang, mơ ước dở dang. Gặp cơn mưa đầu mùa đổ xuống. Những vong linh lao xao hòa vào từng giọt nước trong lành tưới lên đất mẹ. Thả hy vọng vào giấc mơ người sống/ Rửa mặt cỏ cây/ Thau rửa không gian.

Những cây rau răm, thài lài, dương xỉ bên bờ giậu cùng lũ đòng đong, cung quăng trong ao tù bỗng nhiên phát sáng. Chúng khao khát sống tự do và được bảo toàn danh dự. Được kết nối với những đại thụ và mãnh thú để có được tầm nhìn xa, tinh thần dũng mãnh, và lòng can đảm.

Chúng học được cách tự lột xác kiêu hãnh đớn đau của con đại bàng. Khi không thể bay cao bay xa, con đại bàng tự đập mỏ mình vào mỏm đá cho đến khi đứt gãy để tái sinh móng vuốt. Dám nhìn thẳng vào mặt trời không chớp mắt, không sợ bị đốt mù.

해결의 실마리이자, 혈자리요, 만능열쇠입니다.

　숯 검댕이 망령들은 도살장, 쓰레기처리공장, 화장장의 좁은 굴뚝을 기어 나오려 곤욕을 치릅니다. 그들은 비현실적인 이상과 불완전한 꿈을 함께 가지고 나옵니다. 때마침 철 이른 소나기가 퍼붓습니다. 망령들이 어머니 땅위로 쏟아지는 깨끗한 빗방울에 방울마다 뒤섞입니다. 그들은 빗방울을 통해서 살아있는 사람들의 꿈에 희망을 부어 주고/ 식물을 깨끗이 씻겨 주고/ 공간을 씻겨 줍니다.

　울타리 옆의 람채소, 닭의장풀, 양치류가 괴어 있는 연못에 있는 하루살이 유충과 더불어 갑자기 빛이 납니다. 그들은 자유로운 삶과 자신의 명예를 보호받기를 갈망했습니다. 그리고 비전을 갖고 용맹성과 대담성을 기르기 위해 거목과 맹수들과의 접속을 갈망했습니다.

　그들은 독수리의 당당함과 스스로 껍질을 벗는 고통스러운 방법을 배웁니다. 높이 멀리 날 수가 없을 때, 독수리는 발톱이 다시 날 때까지 부리를 절벽에 부딪칩니다. 눈도 깜박이지 않고 실명을 겁내지 않고 태양을 감히 똑바로 쳐다봅니다.

Đại bàng bay lên đỉnh núi chờ bão tới. Những trận cuồng phong hung dữ nâng nó lên đỉnh bão. Bộ móng vuốt sắc nhọn của nó quặp vào lưng bão thành biểu tượng kiêu hãnh, linh thiêng.

Hải Phòng – Hà Nội, 25/8/2018

M.V.P

　독수리는 산 정상을 날아올라 태풍이 오기를 기다립니다. 사
나운 바람이 독수리를 태풍의 위로 날아오르게 합니다. 날카로
운 발톱 이 태풍의 허리를 꽉 잡아 독수리의 당당함과 신령함을
나타냅니다.

하이퐁-하노이, 2018년 8월 25일
마이반편

Giới thiệu Tác giả

Mai Văn Phấn: Sinh 1955, tại Kim Sơn - tỉnh Ninh Bình, hiện sống và sáng tác tại thành phố Hải Phòng. Đoạt một số giải thưởng Văn học Việt Nam và quốc tế, trong đó có Giải thưởng Hội Nhà văn VN 2010, Giải Văn học Cikada của Vương quốc Thụy Điển 2017, Giải thưởng của Viện Hàn lâm Khoa học và Nghệ thuật Hoàng gia Cộng hòa Serbia 2019, Giải thưởng của Hiệp hội Dịch giả văn học Cộng hòa Montenegro 2020. Đã xuất bản 16 tập thơ và 1 tập phê bình - tiểu luận tại Việt Nam; 19 tập thơ ở nước ngoài và trên mạng phát hành sách của Amazon.

Thơ Mai Văn Phấn được dịch sang 33 ngôn ngữ, gồm: tiếng Anh, Pháp, Nga, Bê-la-rút, U-crai-na, Tây Ban Nha, Đức, Ý, Thụy Điển, Hà Lan, An-ba-ni, Serbia, Macedonia, Montenegro, Slovakia, Ru-ma-ni, Hung-ga-ri, Thổ Nhĩ Kỳ, Uz-bék, Kazakh, Ả-Rập, Trung Quốc, Nhật bản, Hàn Quốc, Indonesia, Phi-líp-pin, Thái Lan, Ne-pan, Mông Cổ, Hin-đi, Ben-ga-li, Marathi, Telugu(Ấn Độ).

To contact the Author Mai Văn Phấn:
http://maivanphan.com   amazon.com/author/maivanphan
maivanphan@gmail.com

작가 소개

마이반펀: 1955년 닌빈(Ninh Bình)성, 킴선(Kim Sơn)에서 태어났으며, 현재 하이퐁(Hải Phòng)에 거주하며 창작 활동을 하고 있다. 베트남문학상과 국제문학상을 다수 수상하였고, 그 가운데 2010 베트남문학상, 2017 스웨덴왕국 시카다(Cikada)문학상, 2019년 세르비아공화국 왕실예술과학한림원상, 2020년 몬테네그로공화국 문학상이 있다. 베트남에서 출판된 16권의 창작 시집과 1권의 비평과 수필이 있다. 19권의 시집이 외국과 아마존 네트웍을 통해 발행되었다. 마이반펀의 시는 33개 언어로 번역되었는데, 영어, 불어, 러시아어, 벨라루스어, 우크라이나어, 스페인어, 독일어, 이탈리아어, 스웨덴어, 네델란드어, 알바니아어, 세르비아어, 마케도니아어, 몬테네그로어, 슬로바키어어, 루마니아어, 헝가리어, 터키어, 우주베키스탄어, 카자크어, 아랍어, 중국어, 일본어, 한국어, 인도네시어어, 필리핀어, 태국어, 네팔어, 몽골어, 힌디어, 벵갈어, 마라티어, 텔루구어(인도)이다.

Giới thiệu Dịch giả

Ahn, Kyong-hwan: Sinh 1955, tại TP. Chungju-Chungcheongbuk-do. Ông học tiếng Việt tại khoa Tiếng Việt trường Đại học Ngoại ngữ Hàn Quốc. Tốt nghiệp và nhận bằng Thạc sĩ Ngôn ngữ học tại trường Đại học Tổng hợp TP. Hồ Chí Minh và bằng Tiến sĩ Ngôn ngữ học tại Trường Đại học Khoa học Xã hội và Nhân văn TP. Hồ Chí Minh, Việt Nam. Đã dịch "Nhật ký trong tù" và "Toàn tập Thơ" của Chủ tịch Hồ Chí Minh", "Truyện Kiều", "Nhật ký Đặng Thùy Trâm" và "Những năm tháng không thể nào quên" của Đại tướng Võ Nguyên Giáp ra tiếng Hàn Quốc. Đã được Việt Nam trao tặng các huân huy chương, bằng khen và vinh danh: Huy chương vì sự nghiệp Văn hóa, Huy chương vì Hòa bình hữu nghị giữa các nước, Huy hiệu TP. Hồ Chí Minh, Huy hiệu Hồ Chí Minh của tỉnh Nghệ An, Bằng khen của Hội Nhà văn Việt Nam. Năm 2014, Công dân danh dự Thủ đô Hà Nội. Năm 2017, là Cựu sinh viên tiêu biểu của Trường Đại học Khoa học Xã hội và Nhân văn TP. Hồ Chí Minh. Năm 2018, Huân chương Hữu nghị do Chính phủ Việt Nam

번역자 소개

 안경환(安景煥): 1955년 충북 충주시에서 태어났다. 한국외국어대학교에서 베트남어를 전공했으며, 베트남의 국립호찌민인문사회과학대학교 대학원에서 어문학 석사·박사 학위를 취득했다. 역서로는 호찌민의 『옥중일기(獄中日記)』와 『시 전집』, 응우옌주의 『쭈옌끼에우』, 당투이쩜의 『지난밤 나는 평화를 꿈꾸었네』, 보응우엔잡 장군의 회고록 『잊을 수 없는 나날들』을 한국어로 번역하였다. 베트남 정부로부터 친선문화진흥공로 휘장, 평화우호 휘장을, 호찌민시로부터 휘호, 응에안 성으로부터 호찌민 휘호를 받았고, 베트남문학회로부터 문학상을 수상했다. 2014년 하노이 명예시민으로 추대되었고, 2017년 국립호찌민인문사회과학대학교의 자랑스러운 동문으로 선정되었으며, 2018년 베트남정부로부터 우호훈장을 수훈하였다. 조선대학교 교수와 한국베트남학회 회장을 역임하였다.

trao tặng. Nguyên giáo sư trường Đại học Chosun và chủ tịch Hội Nghiên cứu Việt Nam học tại Hàn Quốc.

장수말벌과 빗방울에 대한 감상(鑑賞)
CẢM NHẬN VỀ CON TÒ VÒ VÀ HẠT MƯA

고 형 렬

Ko, Hyung-ryul

Hoàng Thị Thơ dịch từ tiếng Hàn

CẢM NHẬN VỀ CON TÒ VÒ VÀ HẠT MƯA
(Tiểu luận về trường ca "Thời tái chế")

장수말벌과 빗방울에 대한 감상(鑑賞)
『재처리 시대, THỜI TÁI CHẾ』애 대한 에세이

≪ **Lời nói đầu** / 적중(的中)의 화두

Tái chế có ý nghĩa ban đầu là công nghệ cốt lõi của khoa học hiện đại, giúp xử lý hóa học nhiên liệu hạt nhân đã qua sử dụng(hoặc rác thải hạt nhân) thành năng lượng và vật liệu. Tiêu biểu như kim loại rắn màu trắng bạc plutoni, là chất không có trong tự nhiên nhưng sẽ xỉn màu khi tiếp xúc với không khí.

재처리의 본의는 사용후핵연료(혹은 핵쓰레기)를 다시 에너지와 물질 등으로 화학 처리하는 근대과학의 핵심기술이다.

상징적인 플루토늄은 자연 속에 없는 물질이지만 공기 중에서 노란색으로 변색하는 은색의 금속이다.

Khi khoa học tương lai nắm quyền thống trị, nền khoa học đưa ra quan điểm rằng, sẽ không có chất nào bị bỏ đi sau một lần sử dụng. Người tiêu dùng trên thế giới luôn nâng cao lý luận về tái chế, thu hút chủ thể kinh tế. Con người không chấp nhận tiêu hủy phân tử vật chất bị hư hỏng, buộc phải tái chế vô hạn, và tham vọng này lặp đi lặp lại, đặt con người đồng nhất với vật chất, hoạt động như một cơ chế ép buộc không có kẽ hở.

미래 과학의 헤게모니는 한 번 사용하고 버려지는 물질은 없다는 명제를 내걸고 재처리 논리를 강화하며 경제주체인 인류의 소비자를 유혹한다. 파손된 물질분자의 소멸을 인정하지 않고 무한 재처리를 강요하는 욕망의 반복은 인간을 물질과 다르지 않는 동일성에 배치하면서 틈이 없는 강압의 기제로 작용해간다.

Thực thể của con người tồn tại nơi chứa đựng tinh thần, được cấu tạo từ các vật chất, và thực thể này cũng không thoát khỏi lý thuyết tái chế. Có gì đó liên tục đòi hỏi lệ thuộc vào sự thiếu thốn và khát vọng của bản thân. Vật chất suy kiệt sẽ sớm dẫn đến suy sụp tinh thần. Từ đó sẽ liên tục dẫn đến mặc tưởng giả, thiền định hư cấu và bị lợi dụng.

정신이 거처하는 곳이 물질로 구성되어 있는 인간의 유기체 역시 그 재처리 이론으로부터 결코 자유롭지 못하다. 그 무엇이 자신들의 결핍과 욕망에의 예속화를 끈질기게 요구한다. 물질의 피곤은 곧 정신의 황폐화를 불러온다. 그곳으로부터 가짜 명상과 허구적 선정(禪定)은 계속 부름을 받고 이용될 것이다.

Khi cần một khuôn mẫu mới, nhà thơ sẽ im lặng hoặc nhìn chăm chú và lắng nghe. Có mùi hôi của vật chất và tinh thần từ đâu đó tỏa đến. Cảm giác mệt mỏi khiến toàn cơ thể thấm đẫm mồ hôi, tấm lưng tiếp xúc với ánh nắng mặt trời tỏa rộng. Thế giới không thể quay trở lại vật chất và tinh thần trước khi tái chế. Con người bị ép phải giải tỏa và trốn thoát liên tục không có điểm dừng, con người trở nên kiểu cách với tinh thần suy đồi.

새로운 패러다임이 필요해졌을 때 시인은 침묵하거나 응시하고 귀를 기울인다. 어디선가 정신과 물질의 악취가 풍겨온다. 피로감은 온몸을 땀으로 흠뻑 적시고 등짝은 폭양에 노출된다. 세계는 재처리 이전의 물질과 정신으로 돌아올 수 없다. 끝없는 위안과 도피를 강요당하면서 타락한 정신의 매너리즘에 빠져든다.

Có những trường hợp rất khó để hiểu nhà thơ đang mơ ước điều gì. Thiên nhiên và nhân loại sau ba mươi năm toàn cầu hóa đã quá già cỗi, tựa như họ đã trở thành những người không có sức hấp dẫn. Cho đến khi thế hệ này trôi qua, tuyết vạn niên sẽ tan chảy và biến mất, tất cả những con gấu Bắc Cực sẽ chết.

시인이 무엇을 꿈꾸고 있는지 파악하기 어려운 경우가 있다. 삼십 년이 흘러간 세계화 속의 자연과 인류는 매력 없는 사람이 되어버린 것처럼 너무 노후했다. 이 세대가 지나가기 전까지 만년설은 이미 녹아 없어지고 북극곰은 모두 죽을 것이다.

Khoa học và chính trị cho rằng tương lai của chúng ta sẽ vô cùng sáng sủa, nhưng những lời nói này chỉ là ngộ nhận bên ngoài, là ảo tưởng của chủ nghĩa duy con người. Chỉ khi nhận thức được rằng mọi thứ của con người đang vận hành sai cách, chúng ta mới nhìn lại quỹ đạo vũ trụ rộng lớn kia. Dù ở đâu, thật khó để nhìn thấy những tia hy vọng nhỏ nhoi như dòng thơ hay hạt mưa. Tiên đoán bất biến về nền văn minh vĩ mô ảm đạm đã đóng đinh vào thực tế, còn những nhà tiên tri thì đều đã bỏ đi.

우리의 미래가 밝다고 하는 과학과 정치의 말들은 외적 착각이며 인간중심주의의 환상이다. 인간의 모든 것이 잘못 작동

되고 있다는 인식만이 덜컹이는 저 우주 궤도를 다시 쳐다보게 한다. 어느 한 곳에서도 시와 빗방울 같은 작은 희망을 엿보기가 어렵다. 암울한 거시문명에 대한 불가역의 예후는 이미 현실 깊숙한 곳에 못을 박고 예언자들은 떠났다.

Một loại virus không mùi, không màu và vô hình của đầu thế kỷ này đang làm chững lại hệ thống toàn cầu hóa và quỹ đạo mà nền văn minh đã đạt được, khiến nhân loại nếm phải trái đắng. Trí tuệ và đạo đức của nền văn minh mà nhân loại tích lũy được đã chạm đến giới hạn.

냄새도 없고 색도 없고 보이지도 않는 금세기 초의 한 바이러스가 문명이 도달한 세계화의 시스템과 궤도를 정지시키고 있다는 점에 대해 씁쓸한 입맛을 다실 수밖에 없다. 인류가 쌓아온 문명의 지혜와 윤리가 이 정도밖에 되지 않았다.

Trường ca "Thời tái chế" của Mai Văn Phấn mang gốc rễ của ngôn ngữ chạm vào nỗi sợ hãi và bóng tối mà chiến tranh Việt Nam mang đến. Nó ghi lại nỗi đau không thể giải thích và chữa trị trong không gian tự do của tâm trí, nơi lưu giữ phần ký ức trong tự truyện cùng với niềm khát vọng đi kèm.

베트남 전쟁 발발이 던져준 공포와 어둠에 그 언어의 실뿌리가 닿아 있는 마이반펀(Mai Văn Phấn)의 서사시 『재처리 시대, THỜI TÁI CHẾ』는 자전적 기억을 담당하는 편도체(扁桃體)의 자유공간에 분석과 치유가 불가한 고통과 희망을 기록하고 있다.

Có những tiếng nói đấu tranh để quên đi quá khứ, nhưng một số tiếng nói khác đấu tranh để tìm lại dĩ vãng đã mất. Điều đó trở thành then chốt của dây cương trong mọi đời sống. Mặc dù lớn lên ở nơi ấy, nhà thơ sống như một con người của thơ ca nhưng lại không thể thoát khỏi bánh xe lịch sử. Họ cố gắng tái hiện lại thời đại và cuộc sống khi nằm giữa nỗi đau, vì vậy họ đã tự nhốt mình trong khoảng thời gian đau đớn ấy.

어떤 언어는 과거를 잊기 위해 고투하지만 또 다른 언어는 과거를 찾기 위해 고투한다. 그것은 모든 삶의 굴레 속에서 마디와 옹이가 된다. 그곳에서 성장하지만 시인은 시적 인간으로 살아가면서도 역사적인 수레바퀴에서 벗어날 수가 없다. 그들은 고통의 중심에서 시대와 삶을 재현하려 하기 때문에 고통스러운 시간에 스스로 갇힌다.

Khi tất cả cùng tiến vào một mục tiêu, xã hội đã tạo ra các cuộc tranh luận và thị trường cạnh tranh khốc liệt với trọng tâm mới. Trong một xã hội dẫn đến sự cạnh tranh vô hạn, vấn đề bất bình đẳng về cơ hội, bỏ mặc, cô lập, đoạn tuyệt có tính đào thải trở nên nghiêm trọng hơn, đề tài nỗi buồn và cái chết đậm tính sử thi bị bỏ lại trong kho thời gian khác, bị lãng quên hoặc trở thành đồ bỏ đi.

모두가 하나의 목표 안에 들어갔을 때 이미 사회는 새로운 중심과 치열한 경쟁 구도의 시장과 논쟁을 만들어간다. 무한 경쟁을 유도하는 사회 속에서 기회의 불평등과 도태적인 방치, 소외, 단절은 심화되고 이미 다른 시간의 창고에 버려진 시적 슬픔과 죽음의 주제는 망각되거나 쓰레기가 되었다.

Trong thời đại tái chế không thể biết trước được, chúng ta được nhập vào và cố gắng hát lên khúc nhạc đó một cách muộn màng, tìm kiếm kỹ thuật và ngôn ngữ phê phán, từ đó đánh mất bản ngã hoặc đổi mới một lần nữa. Dù bất kể trường hợp nào cũng không thể tránh khỏi việc khơi dậy những giằng xé, bi ai, nỗi buồn, nhưng tất cả chúng ta đều quen với việc tin tưởng vào bản ngã xa lạ và tiếp tục sống.

예측 불가한 재처리 시대 속으로 우리는 편입되며 뒤늦게 그것을 노래하고 비평적 언어와 기술을 찾아 또 한 번 자아를 잃거나 갱신하려 한다. 어느 쪽이든 찢어짐과 비애, 슬픔을 자아

낼 수밖에 없지만 우리 모두 낯선 자아를 믿으면서 살아가는 데 아무런 의심을 가지지 않는 데 익숙해진다.

Nhà thơ không thể nào quên được hình bóng của cái chết mà cuộc chiến tranh tàn khốc đã hằn sâu trong tâm khảm, quên đi ngôi làng của mình từng trở thành đống đổ nát. Việc dừng tình huống nào đó lại không phải là xóa bỏ mọi vấn đề, mà là kết thúc để tạo ra nội lực mới. Nhà thơ muốn nén giấc mơ tại Việt Nam lại thành "hạt giống", mở rộng và ghi nhớ chúng.

잔혹했던 전쟁이 개인의 내면에 드리운 죽음의 그림자와 아수라장이 되던 마을을 시인은 도무지 잊을 수가 없다. 어떤 정황의 정지(停止)는 모든 문제를 지우는 것이 아니라 새로운 내부의 문제를 탄생시키는 종결이다. 시인은 그곳에서 베트남의 꿈을 '씨앗'으로 압축하고 확장하고 기억하고자 한다.

≪ Từng có nhân duyên / 인연이 있었다

Ko Hyung-ryul sinh năm 1954, sau khi chiến tranh Hàn Quốc chấm dứt, còn Mai Văn Phấn sinh năm 1955, khi chiến tranh Việt Nam nổ ra. Hai cuộc chiến tranh ở châu Á đã để lại dòng sông phân chia thời đại được coi như sự mô tả nỗi đau, phân chia ký ức, cái chết và sự sống. Chiến tranh đã để lại vết sẹo hằn sâu trong tâm hồn hai nhà thơ không thể chữa lành.

고형렬은 한국전쟁이 정전된 이듬해인 1954년에 태어났고 마이반펀은 베트남 전쟁이 발발한 1955년에 태어났다. 아시아 의 두 전쟁은 고통의 묘사와 기억, 죽음과 삶의 분리라는 시대 구분의 강을 남겼다. 두 시인의 내면 깊은 곳에 해독이 불가한 음각의 상처를 남겼다.

Mười năm trước, khi tổ chức "Lễ hội Văn học Nhà thơ Hàn Quốc-Châu Á(Korea-ASEAN Poets Literature Festival)" tại Seoul và Sokcho, tôi đã mời Mai Văn Phấn tham dự, giới thiệu với ông về dãy núi Seorak và đường ranh giới quân sự. Nhân duyên đó đã cho ra đời tập thơ in chung với ông vào năm ngoái, mang tên "Sinh đôi trong đại dương".

십 년 전에 서울과 속초에서 '한·아세안 시인 문학축전 (Korea-ASEAN Poets Literature Festival)'을 개최할 때 그를 초청하 여 설악산과 군사분계선을 안내한 적이 있다. 그 인연으로 지난 해에 그와 함께 이인 시집 『대양의 쌍둥이』를 간행했다.

Mùa thu năm 2019, nhà thơ đã đến xứ Kim Chi theo lời mời của Viện Dịch thuật Văn học Hàn Quốc, và đọc

Chương II "Thẫm đỏ" trích trong trường ca "Thời tái chế" tại trung tâm Văn hóa thủ đô Seoul. Tuy đã nghe nói ông từng viết một bài thơ dài, nhưng lúc ấy tôi mới biết rằng bài thơ mình đã đọc là một phần trường ca đó.

시인은 작년 가을에 한국문학번역원의 초청으로 와서 서울의 한복판에서 『재처리 시대, THỜI TÁI CHẾ』의 '제2장 진홍색'의 일부를 낭독했다. 한 편의 장시를 썼다는 말을 들은 적이 있었지만 낭독 시가 바로 그 서사시의 일부임을 알았다.

Với tâm trạng bồi hồi, âm hưởng thi ca của ông văng vẳng bên tai tôi, làm cho không gian và thời gian vốn luôn náo loạn của Hàn Quốc trở nên tĩnh lặng trong phút chốc. Giọng thơ trầm lặng và sắc bén đã bùng nổ bằng ngôn ngữ tình yêu với lời mở đầu của ông: "Tôi là nhà thơ Việt Nam".

설레는 마음으로 항상 소란한 한국의 한 시공간을 한 순간에 조용하게 만든 그의 음유를 귀속에 담았다. 조용하고 날카로운 시의 목소리가 '나는 베트남의 시인' 이라고 외친 그의 온몸에서 사랑의 언어로 터져 나왔다.

Nghiêm túc, thẳng thắn, nhanh nhẹn và ngay thẳng. Khuôn mặt nhỏ nhắn và rắn chắc, đủ để khắc ghi chân dung một nhà thơ với dáng vẻ khiêm cung. Trên áo ông khi ấy dường như đang lấp lánh tiếng mưa của nước Việt.

진지하고 솔직했고 긴박하고 곧았다. 작고 단단한 얼굴은 조각된 한 시인의 초상으로 각인되기에 충분했고, 가느다란 명주실 같은 긴 빛을 그는 부끄러운 듯 받아들였다. 거기 서 있는 그의 옷에서 베트남의 빗소리가 반짝이는 듯했다.

Không lâu sau khi ông trở về nước, tác phẩm song ngữ Việt – Anh "Thời tái chế" xuất bản tại Việt Nam đã đến tay tôi. Tôi lập tức chuyển bản thảo tiếng Việt và bản dịch tiếng Hàn của Giáo sư Ahn Kyong-hwan cho nhà xuất bản Hàn Quốc.

그가 베트남으로 돌아가고 나서 얼마 뒤, 『재처리 시대, THỜI TÁI CHẾ』의 베트남어와 영문(그때 이 작품은 영국에서 출간되어 있었다) 원고가 나에게 도착했다. 나는 곧장 베트남어와 한국어 번역(안경환 교수) 원고를 출판사에 넘겼다.

Trường ca này đã khơi dậy cho tôi câu chuyện huyền thoại tinh thần của một nhà thơ sống ở vùng Bắc Bộ của Việt Nam, kéo dài theo hướng nam bắc từ phía đông bán đảo Đông Dương. Nỗi đau đã được truyền tải tựa thể xác và tâm hồn Mai Văn Phấn được đúc kết thành tác phẩm, giống như phép thuật chứa đựng linh hồn của ông. Tôi có thể nhanh chóng cảm nhận được rằng dòng máu tâm hồn ông đã được vắt kiệt.

이 시는 나에게 인도차아나반도의 동쪽에서 남북으로 길게 내리뻗은 아름다운 베트남의 북부지방에 거주하는 시인의 정신적 신화를 환기시켰다. 마이반편의 영혼이 담긴 한 편의 주술로서 그의 영육이 한 권의 시집으로 제책(製冊)된 것 같은 아픔이 전해졌다. 영혼의 피를 쥐어짠 것을 금방 느낄 수 있었다.

Tác phẩm mang lại ấn tượng giống như ông đang đứng một mình dưới chân dòng thác của thời đại nào đó, nơi mà sự mất mát, hối hận, lãng quên và ký ức đan xen nhau. Nó tựa như những chú chim cất tiếng hót vào buổi sáng vì bất ngờ trước ánh nắng mặt trời bỗng dưng hiện lên từ trong khu rừng vậy.

작품은 상실과 후회와 망각 그리고 기억이 교차하는, 그래서 그가 마치 어떤 시대의 폭포 아래에 혼자 서 있는 것 같은 인상을 주었다. 갑자기 저쪽 숲속에서 떠오르는 햇살들에 놀란 아침의 새들이 우짖는 것 같았다.

Có lẽ toàn bộ trường ca này là tiếng khóc xanh thẳm, là nỗi đau và giấc mơ của ông. Kỳ lạ thay, âm thanh ấy không lan rộng mà quy tụ vào bên trong, làm tăng thêm nỗi bất an và nỗi buồn mới khi bước trên con đường không thể lường trước.

어쩌면 이 전편은 그의 새파란 울음이고 아픔이고 꿈이다. 기이하게 그 소리는 확산된다기보다는 안으로 응집되면서 알 길 없는 길을 나서는 새로운 불안과 슬픔을 고조시켰다.

Ngôn ngữ của ông bén nhậy như đôi cánh, mềm mại và trong suốt như nước, tự do như mặt nước với ngọn gió thổi qua, nhưng cũng vô cùng nhẹ nhàng. Tập thơ tựa như một câu chuyện của chàng trai trẻ tiều tụy đến gần tôi, lặng lẽ trút bầu tâm sự về nỗi đau và giấc mơ của cuộc đời mình.

그의 언어는 날개처럼 날카롭고 물처럼 부드럽고 투명하고 바람이 부는 수면처럼 자유로울 뿐 아니라 가볍다. 마치 한 초췌한 청년이 나에게 다가와 조용히 들려주는 자기 생의 고통과 꿈의 이야기처럼 들려왔다.

Ngôn ngữ và cấu trúc của tác phẩm cần phải phân tích từ nhiều góc độ, vì bài thơ này giống như một ánh lửa nào đó chiếu đến từ tương lai vậy.

작품의 언어와 구조는 여러 각도에서 분석되어져야 할 것이

다 왜냐하면 이 시가 미래에서 비추는 어떤 불빛 같기 때문이
다.

Tại đây, tôi sẽ giới thiệu toàn bộ các phần liên kết chặt
chẽ như người giữ trọn vẹn một trái chín không thể phá
vỡ của tác phẩm này, từ đó trình hiện thái độ, nội dung,
ý nghĩa chứa đựng trong tác phẩm. Tôi tin rằng phải như
vậy thì bản thân ngôn ngữ của Mai Văn Phấn mới tái chế
trở lại mãnh liệt hơn trong bóng tối.

이곳에선 수박을 껴안고서 깨지를 못하는 사람처럼 전체적
부분들을 소개하는 것으로 이 작품이 지닌 위의와 기의(의미)는
남겨두고자 한다. 그래야만 마이반펀의 언어 자체가 어둠속에
서 재처리되지 않으면서 새로워질 것이라 믿는다.

Nói cách khác, sự linh hoạt của tư duy vừa căng thẳng
một cách kín đáo bên trong vừa trải rộng ra bên ngoài là
vô cùng ấn tượng. Thơ ông thể hiện khát vọng mãnh liệt
để đối mặt và khắc phục những yếu tố tiêu cực như mệt
mỏi, vô ích, sự lặp lại, v.v… mà chủ nghĩa hiện đại bị mắc
kẹt.

다시 말하지만 내밀하게 안으로 긴장하면서 밖으로 확장하
는 사유의 탄력성은 매우 인상적이다. 모더니즘이 갇힌 권태, 헛

됨, 반복성 등의 부정적 요소를 그의 시는 치열한 갈망으로 대치하면서 극복하고 있다.

Đặc biệt, nhà thơ được rèn luyện tinh thần, trải nghiệm giới hạn của thế giới bị nhốt trong cuộc sống thường nhật, thói quen hàng ngày của cuộc sống chứa đầy tiếc nuối, đồng thời mơ ước về một sự dịch chuyển khác. Sự rèn luyện đó đang chứng minh rằng ông suy xét mọi việc ở trọng tâm của tư duy lâu bền.

특히 일상성에 갇힌 세계의 한계와 안타까운 삶의 일상성을 경험하면서 다른 이월(移越)을 꿈꾸는 시인의 정신적 단련은 그가 이미 지구적 사유의 한 중심에서 사유하고 있다는 것을 여실히 증명하고 있다.

Tuy nhiên, trường ca này tái hiện lại tinh thần và thái độ quý giá như châm ngôn đẹp, ẩn dụ, sự dí dỏm, gọn gàng, v.v… mà thơ hiện đại đã đánh mất, và chủ đề ẩn giấu của bài thơ thực tế nằm ở niềm hy vọng khác về tái chế. Một nhà giả kim tìm kiếm vật chất mới(ngôn ngữ) thông qua việc lắp ráp và bóc tách nào đó bắt buộc phải tự tái chế lại bản thân. Đó là sự mở rộng tầm nhìn của văn học khác với việc tái chế hóa học.

Ông đã khởi hành trước tiên trên con đường ngôn ngữ cô độc mà không ai đi cả.

그러나 현대시가 잃어버린 아름다운 잠언과 메타포, 유머, 정갈함 등의 소중한 정신과 태도를 재현한 이 시가 감추고 있는 주제는 사실 재처리의 다른 희망에 있다. 어떤 조합과 해체를 거쳐 새로운 물질(언어)을 찾는 연금술사는 자신을 재처리하지 않으면 안된다. 그것이 화학적 재처리와는 구별되는 문학의 개안(開眼)이다.

그는 아무도 가지 않는 고독한 언어의 길을 먼저 떠났다.

≪ Lời hứa đến thời gian khác / 다른 시간으로의 약속

Hai người đứng ở hai đầu đối lập. Một người thuộc Sư đoàn 25, là lính miền Nam Việt Nam tử thương ngày 28/4/1975 tại căn cứ Đồng Dù(cách Sài Gòn 60km ở phía tây bắc). Người còn lại thuộc C5, Sư đoàn 320A, Quân đội Nhân dân Việt Nam bị trúng đạn khi lái chiếc xe tăng T54 tiến vào mở cửa căn cứ.

두 인물이 대극을 이룬다. 한 사람은 제25보병사단 소속으로 1975년 4월 28일 동주(Đồng Dù, 사이곤에서 60km 서북쪽) 기지에서 부상당해 사망한 남베트남군이다. 다른 한 사람은 T54탱크를 몰고 부대 문을 열고 진입하려다 총탄에 부상당하는 베트남인민군 320A사단 C5소속의 인물이다.

Hai nhân vật tuy thuộc hai chế độ khác nhau, nhưng khi thống nhất, hai linh hồn đều thuộc về nước Việt Nam hiện tại. Bài thơ nhắc đến hai nhân vật này, đồng thời cũng gợi nhớ lại cuộc đối đầu của một thời đại 45 năm trước.

두 체제의 두 인물이지만 통일되면서 두 영혼은 현재의 베트남민주공화국에 소속된 영혼들이다. 이 두 사람을 불러내면서 이 시는 45년 전의 한 시대의 대립을 복기한다.

Nhà thơ ám chỉ mạnh mẽ đến cái chết của hạ sỹ nhất vào năm 1975(năm thống nhất) khi chiến tranh kết thúc. Đó là năm kết thúc chiến tranh Indonesia lần thứ hai, chiến tranh bắt đầu bằng sự kiện "Vịnh Bắc Bộ" do trận chiến giữa tàu khu trục hải quân Mỹ và tàu phòng thủ của miền Bắc Việt Nam vào năm 1964. Nhà thơ cũng để lại đây giai thoại về chiến tranh với Trung Quốc năm 1979 diễn ra sau đó.

시인은 전쟁이 끝나던 1975년(통일의 해)에 죽었다는 일등하사의 죽음을 강하게 암시한다. 그해는 1960년에 미해군 구축함과 북베트남의 경비정 사이의 전투에 의한 통킹[동경(東京)]만

사건으로 시작한 제2차 인도네시아전쟁이 끝나는 해이다. 시인은 또 뒤이은 1979년의 중국과의 전쟁의 일화를 이곳에 남기고 있다.

Mai Văn Phấn đặt lý do tồn tại của mình vào ảo mộng của quá khứ và lịch sử. Do đó, tôi nghĩ nhà thơ vẫn còn đang nghe bài giảng chính trị nhàm chán của ai đó. Ngay cả người dậy khi ấy cũng đánh mất bản sắc và niềm hy vọng của bản thân, quên mất bản thân mình đang ở đâu.

마이반펀은 자신의 존재 이유를 역사와 과거의 미망(未忘)에 두고 있다. 그래서 시인은 아직도 누군가의 고루한 정치학 강의를 듣고 있다고 생각한다. 교수도 자신이 어디 와 있는지 교안(敎案)을 잊고 자기 정체성과 희망을 잃어버렸다.

"Vẫn biết ai đó trong các vị chưa kịp siêu thoát, hay còn đang dò dẫm phương nào. Hoặc tất cả vẫn nguyên ở đó?", đây là câu thơ đáng lưu ý. "Tôi bước lên, hít thở. Máu từ khóe miệng tôi xuống đất mẹ ròng ròng", sự ám chỉ này chính là tuyến đường ray xuyên qua toàn bộ tác phẩm.

"아직 초탈하지 못하고, 어디선가 헤매고 있는 줄을 알고 있으니까요 혹 모두가 거기에 아직 머무르고 있지는 않나요?" 주시할 문장이다. "나는 그 위에 올라와, 숨을 쉬고 있어요. 내 입 언저리에서 흘러내린 피가 어머니 대지를 적십니다." 이 암시가 이미 이 작품의 전반(全般)을 관통하는 복선이다.

Những người "vẫn nguyên ở đó", và tất cả "tôi" "bước lên, hít thở" đều là một, là những hy vọng của ngôn ngữ mới. Ở đây có thể nghe thấy giọng nói bồn chồn của một nhà thơ bị mắc kẹt trong thực tế của thế giới hoặc của Việt Nam.

그곳에 머무르고 있는 그들과 그 대지 위에 나와 숨쉬는 모두의 나는 하나이며 새로운 언어의 희망들이다. 여기서 세계 혹은 베트남 현실 속에 갇힌 한 시인의 작은 목소리가 아슬아슬하게 들려온다.

Có thể gọi đó là tiếng hét. Chi tiết máu thấm đẫm mặt đất chính là những mảnh vỡ của ngôn ngữ chảy quanh miệng nhà thơ. Dòng máu đó là thứ dễ dàng định nghĩa và không thể cưỡng chế, dòng máu mong muốn sự thay đổi bản thân không ngừng nghỉ. Khúc ca dòng máu đẹp đẽ của nhà thơ bị cuốn đi trong cơn sóng dữ đó và vang vọng trong tim.

그것은 차라리 비명이라 할 수 있다. 그 대지에 피를 적시는 것은 시인의 입언저리에서 흐르는 바로 그 언어의 파편들이다. 그 피는 쉽게 정의되고 강제할 수 없는 것으로서 끝없는 자기 변화를 욕망한다. 그 격랑 속에서 휩쓸려가는 시인의 아름다운 피의 노래가 가슴 속에서 흘러나온다.

Người kể chuyện và nhà thơ là những bản ngã riêng biệt, trình bày rất phức tạp quá trình trưởng thành của bản thân. Không chỉ có mình ông tồn tại trong nỗi đau, do đó những lời trình bày, thú nhận, tự kiểm điểm và định hướng này không chỉ xuất hiện trong cuộc sống của ông. Ở đây cần ghi nhớ lời của một thầy giáo mà nhân vật nghe được từ thời còn đi học. "Phải biết kìm nén cảm xúc."

화자와 시인은 분리된 자아로서 자신의 성장과정을 아주 복잡하게 진술한다. 그만이 고통 속에 있지 않았기 때문에 이러한 진술과 고백, 반성과 지향은 그의 삶에만 나타나는 것이 아니다. 여기서 급우 시절에 들은 한 선생의 말을 기억할 필요가 있다. "자신의 감정을 다스릴 줄을 알아야 한다."

Dù bất kỳ xã hội nào, giống xã hội mở thì lại là xã hội khép kín, giống xã hội khép kín lại là xã hội mở. Nhà thơ đã truyền đạt sự khát khao của bản thân hiện đang bị mắc kẹt trong một mạch kín nghiêm trọng. Việc tim ngừng đập và lắng tai nghe ở đây là vì tất cả chúng ta cần phải sống tiếp với đạo đức và tinh thần mới.

어느 사회나 열린사회 같아도 닫힌사회이며 닫힌사회 같아도 열린사회이다. 시인은 지금 심각한 폐쇄회로에 갇혀 있는 자기 갈증을 전언(傳言)한다. 여기서 심장을 멈추고 귀를 기울이는 것은 우리 모두가 다시 새로운 윤리와 정신으로 살아가야 하기 때문이다.

Câu thơ xuất hiện trong căn phòng sáng tạo tại Hải Phòng xa xôi ấy không chỉ giới hạn ở Việt Nam, mà còn tạo nên ngọn sóng tràn đến tinh thần tôi. Nỗi sợ hãi về "giấc mơ khác" có thể dẫn đến sự bất an tồn tại trong thực tế, nhưng ngay tại đây cũng có thể thấy hình ảnh một nhà thơ đứng ở chân trời và ranh giới. Khi cho rằng nó phản ánh hiện thực của việc hình thành ý nghĩa ám chỉ con đường mới, thì Mai Văn Phấn thực sự là một nhà thơ nhận được sự yêu mến của người dân Việt Nam.

먼 하이퐁의 집필실에서 나온 이 문장은 베트남에 국한된 것이 아니라 나의 정신 속에도 파장을 일으켰다. '다른 꿈'에 대한 무섬증은 실존의 불안으로 몰고 갈 수도 있지만 바로 여기서 지평과 경계에 서는 한 시인이 지난한 모습을 엿볼 수 있다. 새로운 길을 암시하는 의미형성의 한 현실반영이라고 생각할 때

마이반펀은 베트남 시민의 사랑을 받아야 하는 시인이다.

"Đi đâu tôi cũng gặp người mang vũ khí chặn lại tra hỏi giấy tờ. Tôi lục túi, bới tung cả mớ những giấy phép hết hạn. Tôi hóc khóa, cùng đường. Bị cấm phát ngôn.../ Bế tắc quá nên tôi tỉnh dậy. Ngoài kia đang mưa, có hơi nước mát bay vào cửa sổ. Tôi nằm xuống đợi giấc mơ khác". Ít nhất, tôi đã phải đọc phần này trong cơn run rẩy.

"요구하는 무장한 사람들에 의해 제지를 당했습니다. 주머니를 찾아 기간 만료된 서류뭉치들만 뒤적거렸습니다. 나는 갇혔고, 막다른 골목이었습니다. 말을 못하게 금지당했습니다. (중략) 극심한 난관이었기에 나는 정신을 차렸습니다. 밖에는 비가 내리고, 차가운 안개가 열린 창문으로 들이칩니다. 나는 누워서 또 다른 꿈을 기다립니다." 적어도 나는 이 부분을 전율적으로 읽어야 했다.

≪ **Chương rà soát** / 점검의 장

Từ Chương I "Điểm nhìn" đến phần kết thúc, tính trừu tượng và cụ thể của ngôn ngữ được kết hợp đầy kịch tính.

Những cuộc đối thoại đẹp đẽ của bài thơ này vẫn sẽ được ghi nhớ và lưu lại vào ngày mai, chúng trở thành tấm gương cho những người bước trên con đường đi tìm lại niềm đam mê hiện tại.

제 1장 〈관점〉에서부터 대미까지 긴장감 있게 언어의 추상성과 구체성이 병치되어 있다.

내일 다시 기억되고도 남을 이 시의 아름다운 대화들은 현재의 열정을 다시 찾아 길을 떠나는 자들에게 거울이 되고 있다.

Tuy nhiên, xã hội hay thời của ông chỉ sợ hãi sự mệt mỏi, lười biếng, kiểm soát và rập khuôn của ý thức. Vì vậy, trong Chương II "Thẫm đỏ" ông đã nói rằng "Ký ức đã đến, chiếm lại không gian dĩ vãng." Việc nhớ lại ký ức này trở thành tọa độ, thành niềm an ủi như ngọn hải đăng trong sóng lớn.

다만 그의 사회 혹은 시(詩)는 의식의 권태와 나태, 통제, 답습을 두려워할 뿐이다. 그래서 제2장 〈진홍색〉에서 "기억이 돌아와 잊었던 과거를 찾았습니다"라고 말한다. 이 기억 회복은 파도 속에서 등대와 같은 좌표와 위로가 된다.

Trong Chương 3 "Sân khấu", Cảnh 1 mở cánh cửa vào một khoảng thời gian khác: "Vẫn con mơ ấy", sau đó Cảnh 3 công bố sân khấu bí mật của nhà thơ: "Tưởng đơn giản vậy thôi⋯/, ngay lúc ấy nhiều khán giả đã bật khóc.

Họ thương những con cá chưa kịp lớn đã cắn câu, con chim vừa ra ràng đã sa lưới."

제3장 〈무대〉 1막에서는 "여전히 같은 꿈입니다"라고 다른 시간으로 문을 연 뒤에, 제 3막에서 "그렇게 단순할 뿐인데 (중략) 그때 많은 관객들이 울음을 터트렸습니다. 관객들은 아직 다 자라지 못한 물고기가 낚시 바늘을 문 것을 안타까워했고, 깃털이 갓난 새끼새가 그물에 걸린 것을 애석해했습니다."라고 시인의 비밀 무대를 공개한다.

Câu thơ này đạt đến cao trào đỉnh điểm của tập thơ. Câu thơ của sự tuyệt vọng này còn sáng sủa hơn niềm hy vọng đen tối, là chi tiết sáng chói phản chiếu tâm trạng tinh tế.

이 시구는 이 시집의 한 절정을 이룬다. 어두운 희망보다 밝은 이 절망의 문장은 섬세한 심경을 비추는 빛나는 대목이다.

- Đã xa dần nanh vuốt của cái ác, em ơi đừng sợ!

- Có ai đuổi theo ta không?

- Mình đang đi trên con đường của máu đã chọn.

...

- Mọi thứ đều bị biến dạng, bóp méo trong một cái khuôn.

- Phải tìm cách phá hủy nó.

- Anh tin có lẽ phải không?

- (Chương IV "Lối rẽ")

- 악의 발톱에서 멀리 벗어났으니, 자기야 걱정 마!

- 우리를 따라오는 사람 누가 있나요?

- 우리는 우리가 선택한 피의 길을 걷고 있어.

(중략)

- 모든 것의 형태는 변하고, 틀 안에서 비틀려져요.

- 그것을 파괴할 방법을 찾아야 해요.

- 오빠는 정의가 있다는 것을 믿어요?

- 제4장 「교차로」 부분

Cuộc trò chuyện giữa một cô gái và chàng trai nhắc đến "cách phá hủy" và "lẽ phải", chứa đựng nhiều ý nghĩa vào thời điểm hiện tại. Ở mọi ngóc ngách của thời đại, mọi người sẽ nhắc nhở câu nói mà nó là cuộc sống và trở thành lịch sử này, đi theo con đường cố định được giao cho họ.

'파괴할 방법'과 '정의'를 제시하는 한 여자와 한 남자의 대화는 현재로선 의미심장하다. 시대의 고비마다 곳곳에서 사람들은 그것이 삶이고 역사가 될 이 말을 상기하면서 그들에게 주어진 한정된 길을 갈 것이다.

Thời gian đi theo chúng ta sẽ biến mất và những chàng trai khác sẽ nối tiếp con đường, bước đi trên con đường đó như tự sự về quá khứ xa xăm.

우리를 따라오던 시간은 사라지고 또 다른 소년들이 길을 이어 그 길을 먼 과거의 서사처럼 따라갈 것이다.

≪ Chương VI: Đối thoại (của khát vọng)
/ 제6장 (갈망의) 대화

"[…] xông thẳng vào nơi tôi ở. Vội giật lấy cuốn sách trên tay tôi đang mở và túm tóc tôi lật ngược ra sau. Mặt tôi ngửa lên để hắn cúi sát nhìn cho rõ. Sau đó hắn nhìn kỹ bìa cuốn sách rồi chầm chậm buông tôi ra. Hình như có sự nhầm lẫn? Rõ ràng tên đồ tể đang muốn truy nã, bắt cóc một ai."

Qua phân tích Chương V "Đồ tể" trên, dưới đây sẽ chuyển sang Chương VI "Đối thoại".

"내가 거처하는 곳으로 곧장 들이닥칩니다. 그는 내 손에 펴져 있는 책을 낚아채고는 머리카락을 잡고 뒤로 제치고 내 얼굴을 자세히 살펴봅니다. 그리고는 책 표지를 자세히 보고 나서야 나를 서서히 풀어줍니다. 무엇인가를 착각했나? 도살자는 분명 누군가를 추적해서 납치를 원하는 것입니다."

위의 제5장 도살자의 논변을 거쳐 제6장 「대화」로 건너간다.

- Giờ ông còn tin điều đó?

- Mãi tin.

- Tôi có thể thấy niềm tin đó không?

- Kìa đất thẫm nâu và cỏ đang xanh.

- Để tôi kéo một ngọn cỏ lại gần.

- (Chương VI "Đối thoại 1")

- 아직도 당신은 그것을 신봉하나요?

- 영원히 믿습니다.

- 혹시 내가 그 믿음을 볼 수 있겠소?

- 저 고동색 흙과 파란 풀을 보시오.

- 풀잎 끝을 가까이 당겨보리다.

– 제6장 「대화 1」 부분

Tại đây, "ngọn cỏ" được kéo lại gần với "đất thẫm nâu và cỏ đang xanh", khắc và nhuộm vào trong tâm trí. Hình ảnh đó tựa như một nốt nhạc lưu giữ tiếng khóc khoan sâu làm vậy.

여기서 "고동색 흙과 파란 풀"과 가까이 당겨보는 "풀잎 끝"이 마음속에 찍혀 물든다. 그 형상은 날카로운 울음을 간직한 음표와 같다.

Câu trả lời đậm chất thơ của họ khi phát hiện ra một vài sinh mệnh yếu ớt này vô cùng ấn tượng và mang tính cộng hưởng. Chúng nghe như lời tiên tri và di ngôn nên thơ cuối cùng ném vào xã hội vậy.

이 몇몇 나약한 듯한 생명을 발견하는 그들의 시적 화답은 매우 인상적이고 공명적이다. 한 사회에 던지는 마지막 시적 예언과 유언처럼 들린다.

Tại đây, nghĩa rộng mà bài thơ của Mai Văn Phấn theo đuổi được cảm nhận một cách tích cực, cố gắng làm cho đóa hoa của ngôn ngữ khác nở rộ. Mong manh, nhưng đầy sự tận tụy. Phần "Đối thoại của khát vọng" này được đặt trong mối quan hệ đối nghịch với việc tái chế.

여기서 마이반펀의 시가 추구하는 외연이 적극적으로 감지되면서 다른 언어의 꽃을 피우려고 한다. 가녀리나 곡진함이 넘친다. 이 〈갈망의 대화〉는 재처리 같은 것과는 대적의 관계에 놓인다.

- Tôi bị thủ tiêu vào cuối năm 1941.

- Ở đâu?

- Ngay gốc cây bưởi này.

- Ai giết ông?

- Mật thám Pháp cùng chánh tổng.

- Lúc ấy ông mang theo gì?

- Lá cờ.

- Ông muốn trao cho ai lúc đó?

- (Chương VI "Đối thoại 1")

- 나는 1941년 말에 죽임을 당했어요.

- 어디에서요?

- 바로 이 자몽나무 밑둥치에서요

- 누가 당신을 죽였지요?

- 프랑스 밀정과 함께 지역책임자가요.

- 그때 무엇을 소지하고 있었나요?

- 깃발을 지니고 있었지요.

- 당시에 누구에게 주려고 했었나요?

– 제6장 「대화 1」 부분

Cái chết luôn để lại câu hỏi cho nhà thơ và giúp mang lại câu thơ sau. Tuy muốn nghe lời nói của cái chết, nhưng chỉ có thời gian mới biết nơi đó ở đâu.

죽음은 항상 시인에게 질문을 남기고 다음의 시구를 얻게 한다. 죽음의 말을 듣고 싶지만 그곳이 어디 있는지는 시간만이 알고 있다.

- Mỗi giọt nước đều có quyền cất tiếng.

156

...

   - Tôi trân trọng mọi sự lựa chọn!

- (Chương VI "Đối thoại 5")

- 물방울마다 모두 제 목소리를 낼 권리가 있습니다.

  (중략)

- 나는 모든 선택을 존중합니다!

- 제6장 「대화 5」 부분

Tại đây, thơ của ông chiếu sáng ánh đèn của ngôn ngữ trong bóng tối, rằng mình trân trọng những cá tính, những lựa chọn của mọi sinh mệnh và định hướng chúng. Độc giả sẽ nhìn vào ánh sáng biểu tượng gìn giữ những điều thuộc về bản chất, từ đó trở nên đồng cảm. Tuy nhiên, xã hội "trân trọng mọi sự lựa chọn", "mỗi giọt nước đều có quyền cất tiếng" chưa bao giờ có thực cả, dù vậy nó vẫn tồn tại ở thời điểm này trong ngôn ngữ của nhà thơ.

여기서 그의 시가 모든 생명이 지닌 개성과 선택을 존중하고 지향한다는 언어의 플래시가 어둠속에서 비로소 반득 켜졌다. 본질적인 것을 지키려는 이 아이콘의 불빛을 독자들은 들여다보면서 교감하게 될 것이지. 하지만 '모든 선택을 존중하고' '물방울마다 모두 제 목소리를 낼 권리가 있는' 사회가 실현된

적은 없지만 시인의 언어 속에서는 지금도 현재진행형으로 존속하고 있다.

Một số cá nhân nào đó chỉ cần một ánh sáng chân thật mờ mịt nhưng tĩnh lặng này là có thể bước đi trên đường, vì vậy có lẽ những người ở xa sẽ nhớ đến chùm dây tóc đèn nhỏ tựa những tia hồng ngoại tỏa ra ánh sáng trong ánh đèn chiếu đó.

어떤 개인들은 희미하지만 고요한 이 진실의 불빛 하나만으로도 길을 갈 수 있으며 그래서 아마도 멀리 있는 사람들은 그 플래시 속에서 빛을 발산하는 홍채와도 같은 작은 필라멘트를 기억할 것이다.

≪ Vấn đề của Chương VII "Mô hình"
　/ 제7장: 모델의 문제

Thông qua "Mô hình" 3, ông trở nên tuyệt vọng. "Tôi có trách nhiệm theo dõi một người hàng xóm. Buổi sáng ông ấy thường đi xe máy đến chỗ làm, đến chiều thì ngược lại. Tôi đã bám theo ông ta và ghi chép từng cử động nhỏ."

「모텔 3」을 통하여 그는 절망한다.

"나는 한 이웃 사람을 감시하는 책임을 맡았습니다. 아침에 그 영감은 보통 오토바이를 타고 일터로 갔다가 오후가 되면 반대로 집으로 되돌아왔습니다. 나는 그 영감을 따라가 그의 행동거지를 자세히 기록하곤 하였습니다."

Chuỗi theo dõi này là dư ảnh tồn tại trong bất kỳ tổ chức tư nhân và cộng đồng nào. Với hệ tư tưởng hưởng lạc có tính cơ hội, trong ngõ hẻm thành phố và căn phòng nhỏ tự phong tỏa bản thân, một nhân vật nào đó sẽ lang thang trong mộng tưởng, ngoảnh mặt với tuổi già, bệnh tật, sự thất vọng và tiếng ồn của bản thân, và sau đó chìm vào giấc ngủ của thành phố đó.

이 감시의 끈은 어느 사조직과 공동체 안에도 존재하는 잔상이다. 어떤 인물은 기회적 향락의 이데올로기로 도시의 골목과 자기폐쇄회로의 골방에서 자신의 늙음과 병, 좌절과 소음을 외면한 채 망상 속을 떠돌며 그 도시 속에서 잠든다.

Xã hội tràn đầy tham vọng và cạnh tranh tạo ra niềm hy vọng hư vô không có hồi kết, tạo ra vực cao nhọn hoắt của sự tuyệt vọng. Khi không ai lắng nghe giọng nói sắc bén của nhà thơ và tầng lớp trí thức đã phân tán rải rác, ở đâu đó nước đã bốc hơi và những bàn tay của bản năng thì dần bị xua đi theo xu thế và sự tiện lợi.

욕망과 경쟁으로 밀집된 사회는 끝없는 허무의 희망을 낳으면서 가파른 절망의 고도를 양산한다. 분산된 지식인과 날카로운 시인의 음성이 들려오지 않으면서 어디선가 물은 비등(沸騰)하고 본능의 손들은 어느새 대세(大勢)와 편리로 쫓아 가 버린다.

Xã hội của xe xúc đất và tòa nhà cao tầng đã xóa bỏ thời gian dài bên trong con người. Dù bất kỳ hệ thống nào cũng đều tháo gỡ được chuỗi số phận của bản thân, nhưng lại trói buộc con người trở lại vào căn bệnh co giật tay chân. Đôi khi xã hội có vẻ vững chắc còn bất an hơn một chiếc thuyền trôi nổi trong gió.

굴삭기와 고층빌딩사회는 인간 내부의 오랜 시간을 지워 버린다. 어떤 시스템도 자기 숙명의 사슬을 풀지 않은 적이 없지만 다시 구련(拘攣)에 묶인다. 때로는 견고한 것 같은 사회가 풍랑 속에 떠 있는 한 척의 배보다 더 불안하다.

Giờ đây, nhà thơ nhìn ra hào quang của giấc mơ xa xăm và quyết định đi đến "nơi đó" thông qua cánh cửa bùng lửa khác, nhưng toàn bộ cơ thể đã bị lửa thiêu cháy và chẳng còn râu tóc nữa. Phía sau ánh hào quang chỉ là một vùng đất hoang.

이제 시인은 저 멀리 꿈의 광환(光環)을 대다보면서 다른 불의 대문을 통해 '그곳'으로 가기로 결심하고 나서지만 온몸이 불에 타고 수염과 머리카락은 남지 않았다. 광환의 뒤에는 단지 황무지뿐이다.

Những con chuột bị thiêu chết, một vài con may mắn sống sót thì chạy ra chào đón "tôi". Từ đó "tôi" trở thành vua của vương quốc chuột. Nhưng những "tôi" đó lại trở thành con chuột dưới lòng đất và tầng hầm.

쥐들은 타 죽었고, 운 좋게 살아남은 몇 마리가 달려 나와 '나'를 반긴다. 그로부터 나는 쥐 왕국의 왕이 된다. 그 '나'들은 지하실과 땅속의 쥐가 되었다.

Để có thể đạt được nhiều trái ngọt khác nhau từ một cái cây, ông nghiên cứu khoa học viễn tưởng về việc lai giống quýt, long nhãn, chanh, mơ, v.v… ở miền Bắc và mận, xoài, chôm chôm, mít, v.v… ở miền Nam. Tuy nhiên vẫn có những lời bất mãn rằng không ai có thể nghĩ được cách thay đổi màu vỏ cho phù hợp với bên trong.

그는 한 나무에서 많은 다른 결실을 얻을 수 있도록 북쪽의 감귤, 용안육, 레몬, 살구 등과 남쪽의 자두, 망고, 람브탄, 잭후르트(jackfruit), 자몽 등을 교배시키는 공상과학 연구를 한다. 하지만 여전히 아무도 껍질 색을 내부와 부합하게 변화시킬 방법을 생각하지 못한다고 불만을 토로한다.

Tinh thần của Mai Văn Phấn đánh thức cảm giác vững chắc và cho thấy sự hồi phục nhanh chóng. Ông nói rằng cần phải học cách đọc câu văn đơn giản một cách rõ ràng, biết viết tên Tổ quốc và tên của mình. Ông tư duy, tìm hiểu và cảm nhận rất nhanh chóng, ông đi xuyên qua thời điểm hiện tại của Việt Nam. Có lẽ ông là một nhà thơ đã từng đi đến tương lai.

마이반펀의 정신은 굳어진 감각을 깨우고, 예후를 민첩하게 반영한다. 그는 간단한 문장을 명확하게 읽는 법을 배우고 조국의 이름과 자신의 이름을 쓸 줄 알아야 한다고 말한다. 그는 매우 빠르게 사유하고 조사하고 감각하면서 베트남의 현재를 관통하고 있다. 그는 어쩌면 이미 미래로 가 버린 시인이다.

≪ Niềm hi vọng(?) của con tò vò và giọt mưa
　／ 장수말벌과 빗방울의 희망(?)

Cuối cùng, trong Chương IX "Kết nối", ông "chọn lại

những giá trị khác. Con đường khác. Triết thuyết khác. Lối rẽ khác. Thần tượng khác. Mô hình khác. Độc lập khác. Tự do khác. Hạnh phúc khác. Ý chí khác. Cảm xúc khác" và đạt đến khát vọng.

마침내 그는 제9장 〈속편〉에서 "다른 가치를 추구합니다. 다른 노선을. 다른 철학을. 다른 분기점을. 다른 신상(神像)을. 다른 모형을. 다른 독립을. 다른 자유를. 다른 행복을. 다른 의지를. 다른 감정을." 갈망하기에 이른다.

Ở đây, từ chủ đề "tái chế" đã xuất hiện: "Bông cỏ may im lặng đã lâu, nay bỗng nhiên xuất hiện ở góc trái màn hình. Nó cất tiếng ngân dài giống tín hiệu cảnh báo máy tính đã bị nhiễm virus: Chúng ta đã qua một thời tái chế!"

이곳에 '재처리'란 주제어가 등장한다. "바늘풀꽃이 오랫동안 침묵했다가 이제야 갑자기 스크린의 왼쪽 모퉁이에 출현했습니다. 바이러스에 오염된 컴퓨터가 경고음을 내듯 긴 진동음을 방출합니다. 우리는 재처리 시대를 지내왔다!"

Đây là một phát ngôn gây sốc.

"Tín hiệu ấy không làm mọi người tức giận hay choáng váng, bởi giờ đây ai cũng biết mình không phải vật liệu cơ bản, nguyên liệu thô."

충격적인 발언이다.

"그러한 신호는 사람들을 화나게 하지도 어리벙벙하게 하지도 않습니다. 왜냐하면 이제 모든 사람들이 자신이 기본물질도 아니고 원재료도 아니라는 것을 알고 있기 때문입니다."

Ông không thể ngừng nói được vì có rất nhiều điều phải nói. Khi tái chế nguyên liệu thô nhiều lần, vật chất và linh hồn con người đã được tách ra hoàn toàn. Chất liệu kỳ dị sau khi tái chế là chất phản bền vững, phản thi ca.

해야 할 말이 많기 때문에 그는 말을 멈출 수가 없다. 원재료를 거듭 거듭 재처리하면서 물질과 인간의 영혼은 완전히 분리되었다. 그 재처리 후의 괴이한 물질은 반지구적이며 반시적인 것이다.

Họ bảo vệ linh hồn, nhưng linh hồn tàn phế đã tái chế thành vật chất thì trở thành nơi ở tạm vô hồn, thành khuôn đúc mà họ không thể nhớ được bản thân. Không rõ từ bao giờ, bên trong con người đã tràn đầy những thứ hoàn toàn khác mà không thể nhận thức được vật chất.

그들은 영혼을 보장해주면서 재처리 물질화한 망가진 영혼은 자신을 기억하지 못하는 거푸집과 영혼 없는 우거(寓居)가 되었다. 어느새 인간의 내부는 물자체를 인식할 수 없는 전혀 다른 것들로 가득 들어차 있게 되었다.

"Tự nhận mình là [⋯] chiếc hộp nhựa lâu năm dính đầy bụi bẩn. Giờ tất cả đang tự giác đến nơi tập kết để được phân loại, bị tiêu hủy, hoặc đợi tái sinh."
"먼지로 뒤범벅인 된 채로 있는 플라스틱 통이라고 고백합니다. 이제 그들 모두가 분류되어 소각되거나 재처리되기 위해 집결지로 모입니다."

Ở đây, bài thơ mở ra cánh cửa đại xoay chuyển và hướng đến kết thúc cuối cùng. Hoặc là ông sẽ dừng lại ở trào phúng với ẩn dụ khép kín, hoặc là ông sẽ hướng đến châm biếm mang tính chính trị trong sự tuyệt vọng. Tuy nhiên, đây là vấn đề của thời gian và sự việc, không phải là vấn đề của người trong cuộc.
이곳에서 이 시는 대전환의 문을 열어젖히고 마지막 종결로 향한다. 그는 폐쇄적 수사의 풍자에 멈출 것인가, 아니면 절망의 정치적 아이러니에 다다를 것인가. 그러나 그것은 시간과 서사의 문제로서 당자(當者)의 문제는 아니다.

"Con tò vò trong ấy vừa bất chợt hiện trên các giao diện màn hình, mở cánh cửa vào kho trí nhớ, có thể đọc được nhiều tài liệu quý hiếm chưa được giải mã. Con tò vò bây giờ là đầu mối, tử huyệt, là chìa khóa vạn năng.”

“구멍 안에 있던 장수말벌이 갑자기 스크린에 출현해 문을 열고 아직 암호를 해독할 수 없는 희귀한 자료를 읽을 수 있는 메모리 창으로 들어갑니다. 이제는 장수말벌이 문제해결의 실마리이자, 혈자리요, 만능열쇠.”

Chúng đã chiếm được quyền thống trị của mọi tâm hồn và lương tâm.

Nhà thơ để lại niềm hy vọng ở đây. Nhưng đó không phải nói đến con người. Thứ đã giải quyết vấn đề của thế giới chính là con tò vò! Từ đó xảy ra sự hỗn loạn trong chốc lát, tựa như bắt đầu sự phun trào và nổ tung của nền văn minh.

이들이 모든 영혼과 양심의 헤게모니를 장악하게 되었다.

시인은 이곳에 희망을 남긴다. 그러나 그것은 인간의 말이 아니다. 세계의 문제를 해결한 것은 장수말벌이었다! 그때부터 문명의 구토가 시작되는 듯한 잠시의 혼란을 일으킨다.

“Những vong linh nhọ nhem vừa khó nhọc chui qua ống khói đài hóa thân hoàn vũ, lò sát sinh, những nhà máy xử lý rác thải. Họ mang theo cả lý tưởng dở dang, mơ ước dở dang. Gặp cơn mưa đầu mùa đổ xuống. Những vong linh lao xao hòa vào từng giọt nước trong lành tưới lên đất mẹ."

"숯검댕이 망령들은 도살장, 쓰레기처리공장, 화장장의 좁은 굴뚝을 기어 나오려 곤욕을 치릅니다. 그들은 비현실적인 이상과 불완전한 꿈을 함께 가지고 나옵니다. 때마침 철 이른 소나기가 퍼붓습니다. 망령들이 어머니 땅위로 쏟아지는 깨끗한 빗방울에 방울마다 뒤섞입니다."

Tuy nhiên, họ chỉ là những vong linh mà thôi.

"Một sớm mai gặp con cá bơi ngược dòng, một vì sao chờ đợi ban mai không nhắm mắt."

하지만 그들은 망령일 뿐이다.

"어느 이른 아침에 물살을 거스르며 헤엄치는 물고기 한 마리, 눈 하나 깜박이지 않고 동트기만 기다리는 별 한 개를 목격하게 되었습니다."

Đó là giấc mơ còn dang dở mà ông vẫn còn giữ lại thời còn đi học. Đúng vậy, nhà thơ à, chúng tôi biết mà. Nếu giấc mơ trở thành hiện thực thì bất cứ khi nào sự mệt mỏi trong cuộc sống thường nhật cũng sẽ tìm đến, chế độ lười biếng sẽ chiếm lĩnh tất cả và ngôn ngữ của linh hồn sẽ bắt đầu suy đồi.

이것은 그의 급우(級友) 시절의, 아직도 간직하고 있는 미완의 꿈이다. 그렇다, 시인이여, 우리는 알지. 꿈이 실현되면 언제나 다른 일상의 권태가 오고 나태한 제도가 모두를 장악하며 영혼의 언어는 부패하기 시작한다는 것을.

Quả nhiên chỉ khi nó đến với chúng ta, chỉ khi nó đi qua bên trong chúng ta thì chúng ta mới đón nhận được sự tuyệt vọng và hy vọng mới. Tuy nhiên, từ "tái chế" ở đây là ngôn ngữ của nỗi sợ hãi và là kỹ thuật của sự quên lãng.

역시 그것이 우리에게 다가올 때에만, 그것이 우리 내부를 통과할 때에만 우리도 새로운 절망과 희망을 얻곤 했다. 그렇지만 이곳의 재처리란 말은 공포의 언어이고 망각의 기술이다.

Những sự vật đã qua tái chế là những sự vật hoàn toàn khác. Chúng ta đã không còn là chúng ta nữa. Không thể thực hiện chủ thể hóa trong bất kỳ cấu trúc tư tưởng hay thể chế văn minh nào. Thời đại chỉ để chúng ta lại trong lịch sử và trôi qua luôn. Bản thân chúng ta, những người bị bỏ rơi và còn tồn tại chính là chủ đề.

재처리된 존재들은 다른 존재들이다. 우리는 이미 우리가 아니다. 주체화는 어떤 이념구조와 문명체제 속에서도 이미 가능하지가 않다. 시대는 우리를 역사 속에 남기고 지나갈 뿐이다. 버려지고 남아 있는 그 우리 자신들이 주제이다.

Ở đây có thể thấy những giọt sương và ngọn cỏ. Bài thơ của ông nêu lên kết cục của việc cứu rỗi sinh thái trên thế giới, đối phó với những hoang tưởng, khao khát niềm vĩnh cửu và tái chế vật chất vĩnh viễn.

이곳에서 이슬방울과 풀잎이 보인다. 그의 시는 영겁을 욕망하고 물질을 항구적으로 재처리하려는 망상을 가지는 것에 대한 대비(對比)로서 이 세계에 생태적 구원의 종언을 표명한다.

Ngôn ngữ cuối cùng đánh thức linh hồn tôi là âm thanh của "cơn mưa đầu mùa". Lời chữa trị còn lưu lại trong tôi không phải là con tò vò của nền văn minh xuất hiện trên màn hình, mà là "tấm lòng(tâm trạng lần đầu) của những giọt mưa".

먼 곳에서 나의 영혼을 깨워주는 그의 마지막 언어는 '소나기' 소리이다. 나에게 남겨진 치유의 말은 스크린에 나타나는 문명의 장수말벌이 아니고 '빗방울의 마음(초심)'이었다.

Trích dẫn bức thư năm 2019 của Mai Văn Phấn gửi

cho Ko Hyung-ryul: "Khi viết trường ca thơ văn xuôi này, tôi đã nhìn thấy dòng sông máu chảy từ Chương I đến Chương IX của tác phẩm. Cũng chỉ có duy nhất dòng sông này xuất hiện trong tâm trí tôi khi đó. Dòng sông chảy đến đâu đã đánh thức các sự kiện lịch sử của đất nước tôi đến đó."

고형렬에게 보낸 마이반펀의 2019년의 편지를 인용한다.

"이 서사시(산문의 긴 시)를 쓸 때 나는 1장에서 9장으로 이어지는 피의 강을 상상했다. 하지만 내 머릿속에는 오직 이 강만이 있을 뿐이다. 강은 어디든 흐르고 있어서 당시 베트남에서 일어난 역사적 사건들을 깨워 냈다."

Lý thuyết giao thoa của vật lý học năng lượng cao có mục đích thay đổi không ngừng nghỉ bản chất và hiện tượng của vật chất và năng lượng. Vậy liệu lý thuyết giao thoa này có giống như âm thanh của giọt mưa kia không? Liệu linh hồn trong vật chất bị hủy hoại của chúng ta sẽ được xử lý và cứu rỗi thế nào ngay cả khi tư duy khoa học nhằm đạt đến vật chất quark chỉ là mục tiêu hư vô?

쉼이 없이 변화를 향해 따라가는 것을 물질과 에너지의 본질과 현상으로 정착시키려는 고에너지물리학의 교차이론은 저 빗방울의 음악 소리와 같은 것일 수 있을까. 쿼크에 도달하려는 과

학적 사유가 허무의 목표와 일치한다고 하더라도 훼손되는 물
질 속에 있는 우리 영혼은 어떻게 처리되고 구원될 수 있을까.

　　Tôi muốn cùng Mai Văn Phấn ngắm nhìn mưa rơi, từ
nơi ở tạm không có cửa sổ tại vịnh Hạ Long đến trung tâm
thành phố Hồ Chí Minh.
　　마이반펀 시인과 함께 하롱베이의 창 없는 우거(寓居)에서
호치민 시내까지 내리는 비를 내다보고 싶다.

"Thời tái chế" là tập thơ thứ hai của tôi do Giáo sư Ahn Kyong-hwan dịch từ tiếng Việt sang tiếng Hàn đã đến tay bạn đọc Hàn Quốc. Tập thơ đầu tiên của tôi 대양의 쌍둥이 ("Sinh đôi trong đại dương") in chung với Nhà thơ Ko Hyung-Ryul, do Giáo sư Bae Yang-soo dịch, Nhà xuất bản <시와표현> ấn hành năm 2018. Với tôi, đây thực sự là hai sự kiện kỳ diệu.

Tôi trân trọng cảm ơn hai Giáo sư Ahn Kyong-hwan và Giáo sư Bae Yang-soo đã dành thời gian và tâm huyết dịch tác phẩm của tôi sang tiếng Hàn. Hai giáo sư đã vượt qua ranh giới khác biệt về lịch sử, chính trị, văn hóa giữa hai dân tộc để khám phá vẻ đẹp tâm hồn Việt và giải mã những bí ẩn trong đó.

Bí ẩn trong tác phẩm này là dòng sông máu chảy từ quá khứ có màu thẫm đen, biến thành thẫm đỏ và sau đó là đỏ tươi trong hiện tại. Dòng sông ấy chảy đến đâu đã

한국 독자들에게

안경환 교수가 베트남어를 한국어로 번역한 『재처리 시대』는 나의 두 번째 시집으로서 한국 독자의 손을 찾아가게 되었다. 배양수 교수가 번역한 나의 첫 번째 시집 『대양의 쌍둥이』는 고형렬 시인과 함께 펴낸 시집으로서 2018년에 한국의 〈시와표현〉에서 출판했다. 나에게 이것은 그야말로 기적과 같은 일이다.

시간을 내서 열정을 기울여 나의 작품을 한국어로 번역해 준 안경환 교수와 배양수 교수에게 감사의 말을 전한다. 두 분은 양국 간의 역사, 정치 및 문화의 경계를 넘어서 베트남 마음의 아름다움을 발견하고 그 안의 신비를 해석했다.

이 작품의 신비는 흑색의 과거에서 흐르는 피의 강이 적색으로 바뀌고 지금은 밝은 빨간색으로 변한다는 것에 있다. 그 강이 어느 곳이든 흐를 때마다 우리나라는 역사적 사건을 일으켰다.

đánh thức các sự kiện lịch sử đất nước tôi đến đó, những sai lầm, bi kịch của thời đại từ đầu thế kỷ XX đến nay. Chín Chương trường ca này được coi như chín cột mốc tồn tại độc lập, và giữa những cột mốc lớn ấy là những chỉ dấu, hay gọi là những cọc tiêu nhỏ. Dòng sông máu đã lần lượt đi qua những cột mốc làm cho chúng sáng lên, để bạn đọc nhìn thấy thân phận một dân tộc, thấy nước mắt, sự vinh quang, những lỗi lầm, và cả niềm hy vọng.

Xin trân trọng cảm ơn Nhà thơ lớn Ko Hyung-Ryul, "người anh em sinh đôi" của tôi đã luôn đồng hành cùng tôi trên con đường sáng tạo, và đã viết tiểu luận sâu sắc cho trường ca này.

Trân trọng cảm ơn Nhà xuất bản <xuất bản sách Do-hun> đã tác tạo cây cầu văn hóa để thơ tôi đến với bạn đọc Hàn Quốc!

Trân trọng,

2020년 8월 1일

Mai Văn Phấn

이것은 20세기 초부터 현재까지 쌓여온 시대의 실책과 비극이다. 이 서사시의 아홉 개의 장은 아홉 개의 독립적 이정표들로 설정했으며 이 이정표들 간에는 표지판 혹은 작은 삼각표지판 들이 있다. 피의 강은 이정표들을 차례로 통과하면서 밝아지도록 해서 독자들이 한 민족의 운명, 눈물, 영광, 실수와 희망을 볼 수 있도록 구성을 했다.

창조의 길에서 저와 함께해 주고 이 서사시에 대한 의미 깊은 에세이를 집필해준 나의 '쌍둥이 형제'인 고형렬 시인에게 진심으로 감사드린다.

저의 시가 한국 독자들에게 찾아갈 수 있는 문화적 다리를 만들어주신 〈도서출판 도훈〉 출판사에 진심으로 감사드린다.
감사하다.

2020년 8월 1일
마이반펀

재처리 시대 _THỜI TÁI CHẾ
ⓒ 마이반펀 _Mai Văn Phấn, 2020

지은이_ 마이반펀 _Mai Văn Phấn
옮긴이_ 안경환 _Ahn, Kyong-hwan

발행인_ 이도훈
펴낸곳_ 도서출판 도훈
초판발행_ 2020년 8월 5일

사무실_ 서울시 서초구 법원로3길 19 2층, w109호
    (서초동, 양지원빌딩)
전 화_ 010-6722-4621, 0507-1453-4621
팩 스_ 0504-227-4621
이메일_ flyhun9@naver.com
홈페이지_ www.dohun.kr

ISBN_ 979-11-89537-47-0 03810
정 가_ 10,000원

「이 도서의 국립중앙도서관 출판예정도서목록(CIP)은 서지정보
유통지원시스템 홈페이지(http://seoji.nl.go.kr)와 국가자료공동목록
시스템(http://www.nl.go.kr/kolisnet)에서 이용하실 수 있습니다.
_CIP2020031604」